பாரதி
புது யுகத்தை அடையாளம் கண்ட மகாகவி

பாரதி
புது யுகத்தை அடையாளம் கண்ட மகாகவி

அ. மார்க்ஸ்

எழுத்து பிரசுரம்

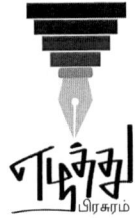

Title: Bharathi Puthu Yugaththai Adayalam Kanda Makaa Kavi
Author's Name: A. Marx
Copyright © A. Marx20
Published by Ezutthu Prachuram

All rights reserved. No part of this publication may be reproduced, stored in a retrieval system, or transmitted, in any form or by any means, electronic, mechanical, photocopying, recording, psychic, or otherwise, without the prior permission of the publishers.

Ezutthu Prachuram
(An imprint of Zero Degree Publishing)
No. 55(7), R Block, 6th Avenue,
Anna Nagar,
Chennai - 600 040

Website: www.zerodegreepublishing.com
E Mail id: zerodegreepublishing@gmail.com
Phone : 89250 61999

Ezutthu Prachuram First Edition: January 2024
ISBN: 978-81-967601-7-5
TITLE NO EP: 498

Rs. 140/-

Cover Design & Layout: Vijayan, Creative Studio

'கார்க்கி' வெளியீடாக நாற்பத்து இரண்டு ஆண்டுகளுக்கு முன் 1982இல் நானும் என் மதிப்பிற்குரிய நண்பர் பெ.மணியரசன் அவர்களும் இணைந்து எழுதிய நூல் இது. இருவர் கட்டுரைகளும் அவரவர் பெயர்களுடன் தனித்தனியே எழுதப்பட்டு நூலில் இணைக்கப்பட்டு 'கார்க்கி' வெளியீடாக அப்போது அது வெளிவந்தது. இப்போது இந்தப் பதிப்பில் எனது கட்டுரைகள் மட்டும் கூடுதலாக பாரதியின் தேர்வு செய்யப்பட்ட சில புதிய கட்டுரைகளுடன் வெளிவருகிறது. பாரதி எந்த அளவிற்கு நவீன சிந்தனையாளராக இருந்தார் என்பதை விளக்கும் முகமாக அவரது முக்கியமான சில கட்டுரைகள் இதில் கூடுதலாகச் சேர்க்கப்பட்டுள்ளன. எடுத்துக்காட்டாகச் சொல்வதானால் ருஷ்யப் புரட்சியை அவர் எவ்வளவு நுணுக்கமாக ஆய்ந்து வரவேற்றுள்ளார் என்பதற்கு ஆதாரமான கட்டுரை இணைக்கப்பட்டுள்ளதைச் சொல்லலாம். அக் காலகட்டத்தில் வேறு யாரும் இந்த அளவிற்கு ருஷ்யப் புரட்சியைப் புரிந்தேற்கவில்லை எனலாம்.

அந்த முதல் பதிப்பில் என் மூத்த இணை ஆசிரியராக இருந்த நண்பர் பெ.மணியரசன் அவர்களுக்கு இந்த என் இரண்டாம் பதிப்பைச் சமர்ப்பிக்கின்றேன்.

வழக்கம்போல என் இந்த நூல் சீரோ டிகிரி வெளியீடாக வெளிவருகிறது. அவர்களுக்கு என் நன்றிகள்.

- அ.மார்க்ஸ்

பொருளடக்கம்

பகுதி - 1

முன்னுரை 9

காலமும் களமும் 15

தேசியம் - அவர்களின் தத்துவம் 22

பாரதியும் சமூகமும் 39

தொழிலாளரும் பொதுவுடைமையும் 42

பெண் விடுதலை 56

கல்வியும் மொழியும் 65

பின்னுரை 79

துணை நூற்பட்டியல் 82

இரண்டாம் பாகம்
இவையும் பாரதிதான்

ஒன்று: நபிகள் நாயகம் குறித்து பாரதி 87

இரண்டு: புரட்சிக்குப் பிந்தைய ருஷ்யாவைக் கொண்டாடும் பாரதி நவீன ருஷ்யாவில் விவாக விதிகள் குறித்து 90

மூன்று: ஆர்.எஸ்.எஸ்சின் திடீர் மாற்றம் 94

நான்கு: பாரதியைப் பார்ப்பனர் என அடக்குவது பேரபத்தம் 97

ஐந்து: உங்கள் மணியார்டர்களை அவசியம் எதிர்பார்த்திருந்த ஒரு மகாகவி 101

ஆறு: புதிய தேசபக்தி 103

ஏழு: பாரதியின் பார்வையில் இஸ்லாம் 106

எட்டு: ஔவையும் பாரதியும் 107

ஒன்பது: இந்து முஸ்லிம் ஒற்றுமை குறித்து மகாகவி பாரதி 109

பகுதி 1

முன்னுரை

பாரதி சென்ற நூற்றாண்டின் (11 டிசம்பர் 1882 - 11 செப்டம்பர் 1921) இணையற்ற பெருங்கவிஞர்களில் முதன்மையானவர். இன்றளவும் ஈடு இணை சொல்ல இயலாத மகா கவிஞர். நவீன தமிழிலக்கிய மறுமலர்ச்சியின் நாயகனான பாரதி நூற்றாண்டு விழா இரண்டு ஆண்டுகளுக்கு முன் நடந்தது. பாரதி வாழ்ந்த காலத்தில் இந்தியாவை ஆண்டுகொண்டிருந்த பிரிட்டிஷ் அரசு பாரதியின் பாடல்களைத் தடைசெய்யவும், பறிமுதல் செய்யவும், அவரைக் கைது செய்யவும் மேற்கொண்ட வரலாறுகளை அறிவோம். இன்று பெரிய அளவில் எல்லாம் மாறியுள்ளது. ஒரு மகாகவியாக இப்போது அவர் ஏற்கப்பட்டுக் கொண்டாடப்படுகிறார். இந்திய தேசியப் போராட்டத்தில் முன் நின்றவர்களும், பொதுவுடைமை இயக்கத்தினரும் கருத்து மாறுபாடின்றி ஒன்றிணைந்து பாரதி நூற்றாண்டு கொண்டாடும் நிலை ஏற்பட்டுள்ளது. ஒரு பார்ப்பனர் எனும் அடிப்படையில் அவரை வெறுத்தவர்களும், "பார்ப்பானை ஐயரென்ற காலமும் போச்சே, வெள்ளைப் பரங்கியைத் துரை என்ற காலமும் போச்சே" என்று பாடியதற்காக அவரைக் கரித்துக் கொட்டியவர்களும் கூட இன்று அவரை ஏற்க வேண்டிய நிலை

ஏற்பட்டுள்ளது. “பாரதி வளர்த்தது பார்ப்பனீயமா? இல்லை மூடத்தனமா” என்றெல்லாம் சமீப காலங்களில் பட்டிமன்றங்கள் நடத்தியவர்கள் எல்லாமும் கூட இன்று அடங்கி ஒடுங்கிப் போயுள்ளனர்.

பார்ப்பனர் என்பதற்காக பாரதியை அவதூறு செய்பவர்கள், அதே காரணத்திற்காக அவற்றைக் கொண்டாடுபவர்கள் இருசாராருமே அவரை முழுமையாகப் புரிந்துகொண்டவர்கள் அல்ல. சமூகவியல் நோக்கில் இலக்கியத்தையும் இயக்கங்களையும் அணுகும் முறையை அறியாமையும், பாரதியின் எழுத்துகளையும் வரலாற்றையும் முழுமையாகத் தெரியாமையும் இப்படியான பார்வையில் முக்கியப் பங்கு வகிக்கின்றன. 1904-ம் ஆண்டு டிசம்பர் மாத இந்து இதழொன்றில் பாரதி எழுதுகிறார்:

> “தேசிய உணர்வு இல்லாமல் அரசியல் விடுதலை சாத்தியமில்லை. ஜாதி முறை நடைமுறையிலிருக்கும் ஓரிடத்தில் தேசிய உணர்வு ஏற்பட முடியாது. (எல்லா மனித சமுதாயங்களிலும் ஜாதி முறை நடைமுறையில் இருக்கிறது என நாம் நம்பவேண்டுமென்று சில அரைகுறை ஆராய்ச்சியாளர்கள் விரும்புகிறார்கள்.) ஒரு பிராமண இடைத் தரகனைவிட ஒரு தாழ்த்தப்பட்ட இனத்தைச் சேர்ந்த வள்ளலைத் தாழ்வாக வைக்கும் வினோதமான அமைப்பு இந்த ஜாதி அமைப்பு. தேவையான எல்லாத் தகுதிகளையும் உடைய ஒரு காலணி தைக்கும் ஒரு பையன் பிரதம மந்திரியாவதற்கு ஏதாவது தடை ஏற்படும் என்ற சந்தேகம் இங்கிலாந்தில் எந்தப் பகுதியிலாவது ஏற்படுமா? ஆனால் சமஸ்கிருத வேதங்களில் எல்லையற்ற ஞானமும், குறைசொல்ல முடியாத குணங்களும், பக்தியுணர்வும் பொருந்திய ஒரு சூத்திரன் சிருங்கேரி பீடத்தில் அமர ஆசைப்படலாம் என நினைப்பதே இந்தியாவில் ராஜ துரோகம் இல்லையா? கிரேட் பிரிட்டன் எங்கே? இந்தியா எங்கே? அந்தோ பரிதாபம்! (1)”

என்று பல பத்தாண்டுகளுக்கு முன்பே முழங்கியவர் பாரதி. அந்தக் காலத்தில் யாரும் பெரிய அளவில் இப்படியான கருத்துகளை முன்வைக்காத நிலையில், இப்படி முழங்கியவர் அவர். “தீண்டத் தகாதவர்கள்” எனக் கருதப்பட்ட மக்களை அந்தச் சொற்களால்

கொண்டாடும் சாதீயச் சங்கங்களைச் சேர்ந்தவர்களோடு, பார்ப்பன வகுப்பில் பிறந்தவன் என்பதற்காகப் பாரதியைச் சாடும் அரைகுறைகளும் அறிந்திருக்கமாட்டார்கள்.

அதே போலத்தான் கிருத யுகத்தையும், மாகாளி பராசக்தியின் கடைக்கண் பார்வையையும் பாடியதற்காக பாரதியைப் 'பொதுவுடைமை விரோதி' எனச் சாடுகிற பாரதி வெறுப்பாளர்களும் பாரதியின் கீழ்க்கண்ட எழுத்துகளைப் படித்திருக்க மாட்டார்கள். ருஷ்யப் புரட்சிக்கு இரண்டாண்டுகளுக்கு முன் 1915-ம் ஆண்டு மே 21-ம் தேதி பாரதி எழுதுகிறார்:

> "மேற்கத்தியவர்கள் 'சோஷலிஸம்' என் எதைச் சொல்லுகிறார்களோ அது இங்கு இன்னும் தெளிவாகப் புரிந்துகொள்ளப்படவில்லை. ஆனாலும் மேற்குக்காயினும் சரி, கிழக்குக்காயினும் சரி ஒரு ஒழுங்கான பண்பார்ந்த வாழ்க்கை வாழ்வதற்கு ஒரே ஒரு வழிதான் உண்டு. இந்தப் பூமியை எல்லோருக்கும் பொதுவாக்கிவிட்டு அதில் அனைவரும் சக தொழிலாளர்களாகவும், சக பங்குதாரர்களாகவும் வாழ்வதுந்தான் அந்த வழி. இந்த நாட்டில் மக்கள் அவ்வாறு 'கிருத' யுகத்தின்போது வாழ்ந்ததாக நாம் ஒரு மரபைக் கொண்டிருக்கிறோம். அது உண்மையாகவும் இருக்கலாம் அல்லது பொய்யாகவும் இருக்கலாம். ஆனால் மனிதர்கள் அத்தகைய ஒரு கிருத யுகத்தை எல்லாத் தேசங்களிலும் நிறுவுவதில் வெற்றியடையும் நாள் வெகுதூரத்தில் இல்லை............ நிலமும் நீரும் எல்லா மனிதர்களுக்கும் பொதுவாகப் போகாதவரையில் எப்படியாயினும் பொருளாதார உறவுகளில் மனிதர்கள் மிருகங்களைக் காட்டிலும் மோசமாகத்தான் நடந்து கொள்வார்கள்." (4)

1917இல் 'ஆகாவென்றெழுந்த' ருஷ்யப் புரட்சியைப் பாரதி வாழ்த்திப் பாடியதோடு மட்டுமின்றி 1905 ஆம் ஆண்டு தொடங்கி ருஷ்யாவில் ஏற்பட்டுவரும் புரட்சிகர மாற்றங்களை எல்லாம் கூர்ந்து கவனித்து அன்றைய கொடுங்கோன்மை ஆட்சியை எதிர்த்துப் போராடுகிற 'ருஷ்யத் தோழர்களுக்கு' பாரதி தனது ஆதரவைத் தெரிவித்து வருவதும் கவனிக்கத்தக்கது. "ஜார் சக்கரவர்த்தியின் அநீதிச் சிங்காதனம் சிதைந்து கொடுங்கோன்மை துண்டு துண்டாகச்

அழைக்கக் கூடாது என்கிற கருத்துகள் ஏற்படாத காலம் அது. பாரதியும் தவிர்க்க இயலாமல் அன்றைய சொற்களைப் பயன்படுத்த நேர்ந்தபோதும் முற்றிலும் இப்படியான தீண்டாமைக்கு எதிராக முழங்கியவர் அவர். அதை ஒட்டிய காலகட்டங்களில்தான் காந்தி முதலானவர்களால் 'கடவுளின் குழந்தைகள்' என்பன போன்ற மாற்றுச் சொற்கள் முன்வைக்கப்பட்டன. தலித் இயக்கங்கள் முதலியன உருவாயின.

1916ஆம் ஆண்டு அக்டோபர் மாதம் ஆறாம் தேதி 'காமன் வீல்' பத்திரிகையில் சாதியை ஒரு குற்றமாகக் கூறி பாரதி எழுதுவார்:

"இதற்கான ஒரே பரிகாரம் சமபந்தி போஜனமும், கலப்புத் திருமணமுந்தான். மற்றெல்லாம் போலிப் பரிகாரங்கள்தான்."(2)

தம் காலத்திய பிராமணர்களின் நடவடிக்கைகளைக் கண்டித்து 1915ஆம் ஆண்டு மார்ச் மாதம் 12ஆம் தேதிய 'நியூ இந்தியா' பத்திரிகையில் பாரதி எழுதுவார்:

"பிராமணர்கள் 'ஆன்மீக மேன்மைக்காக' உரிமை கொண்டாடுவதற்கு முற்றிலும் தகுதியானவர்கள். இன்றைய பிராமணர்கள்: இந்த உரிமையை நிலை நிறுத்திக் கொள்வதற்காக மேற்கொள்கிற எல்லா அகட விகடங்களையும், காரியங்களையும் நான் முழுமையாக ஆராய எடுத்துக்கொண்டால் அது என்னையும், ஏன் மற்றவர்களையும் கூட வேதனைக்குள்ளாக்கும். இந்தியா இப்போது ஒரு புதிய சகாப்தத்தை நோக்கி விழித்தெழுந்து கொண்டிருக்கின்றது.

"எனது தேசத்தைச் சேர்ந்த பிராமணர்கள் தானாகவே தங்களது பழைய போலிப் பகட்டுகளையும், இந்தப் பகட்டுகளை அடிப்படையாகக் கொண்ட அற்பத்தனமானதும், தேச விரோதமானதுமான பழக்க வழக்கங்களையும் தானாகவே விட்டொழித்து விட்டு, இந்திய மக்கள் மத்தியில் சுதந்திரம், சமத்துவம், சகோதரத்துவம் ஆகியவற்றை நிலைநிறுத்துகிற வழியை நோக்கி நடை போட்டார்களானால் அது அவர்களுக்கு நல்லது."(3)

இத்தகைய பாரதியின் எழுத்துகளை இன்று பாரதி விழா

சிதைந்து அழிந்து வரும் ருஷ்யாவில் அமைதி நிலைக்க இடமில்லை" *(5)* எனக் குறிப்பிடும் பாரதி பிறிதோரிடத்தில், 'சுயாதீனத்தின் பொருட்டும், கொடுங்கோன்மை நாசத்தின் பொருட்டும் நம் ருஷ்யத் தோழர்கள் செய்துவரும் உத்தமமான முயற்சிகள் மீது ஈசன் பேரருள் செலுத்துவாராக" *(6)* என்று 'ஈசனை'த் துதிக்கிறார். கொடுங்கோன்மை பல புரிந்த ஜார் அரசனின் தளபதி 'ட்ரபோவ்' என்பவனின் மரணத்தை 'உலகத்துப் பாதகர்களில் ஒருவன் குறைந்துபோய்விட்டான்' எனச் செய்தி வெளியிட்டு, பாரதி பூரிப்பதும் அறிந்துகொள்ளத் தக்கது.

இத்தகைய பல்வேறுபட்ட செய்திகளையும் தொகுத்து பாரதியை அவரது காலப் பின்னணியில் சரியாகப் பொருத்திவைத்து ஆராய்கிற சமூகவியல் ஆய்வுகள் இன்று முற்போக்குச் சிந்தனையாளர்கள் செய்யத்தக்க முதற்காரியங்கள் ஆகும். சிந்துவெளி நாகரிகம் பற்றின அகழ்வாராய்ச்சி முடிவுகள் வெளிவருவதற்கு முன் துரதிர்ஷ்ட வசமாக மாண்டுபோன பாரதியின் காலகட்டத்தில் நிலவிய இந்திய வரலாறு, ஆரிய கலாச்சாரம் பற்றிய கண்ணோட்டங்களைப் பற்றிய நுண்மையான வரலாற்றுப் பிரக்ஞையெல்லாம் இத்தகைய ஆய்வுகட்கு மிகவும் முக்கியமாகும். *(7)*

இத்தகைய முயற்சியில் நமக்குள்ள இடர்ப்பாடுகளையும், எல்லைகளையும் இங்கு குறிப்பிடுவது மிகவும் அவசியம். பாரதியின் முழுமையான, சரியான வாழ்க்கை வரலாறு மட்டுமின்றி, பாரதி காலத்திய தமிழக வரலாறும் முழுமையாக நமக்குத் தேவை. கால அடைவில் பாரதியின் படைப்புக்கள் இன்னும் சரியாகத் தொகுக்கப்படாமையால் பாரதியின் சிந்தனை எப்படிப் படிப்படியாக வளர்ச்சியடைந்தது என்பதை நாம் முழுமையாகச் செய்ய முடியாது.

இறுதியாக ஒன்று. இந்த ஆய்வுக்கு நாங்கள் அச்சில் வெளிவந்துள்ள பாரதி எழுத்துகளை மட்டுமே எடுத்துக்கொண்டுள்ளோம். அச்சில் வெளிவராத பாரதியின் எழுத்துக்களும், பாரதி பற்றிய குறிப்புகளும் இன்னும் ஏராளமாக உள்ளன. அவற்றையெல்லாம் வெளிக் கொணர்வது இத்தகைய ஆய்வுகள் மேலும் வளமையடைவதற்குப் பேருதவியாக அமையும்.

குறிப்புகள்

1. RAMASAMY PARTHASARATHY 'A HUNDRED YEARS OF THE HINDU', KASTURI & SONS LTD., MADRAS (1978), P. 77.
2. SUBRAMANYA BHARATI, 'AGNI AND ESSAYS', A. NATARAJAN, 13, JANI JAN KHAN ST., MADRAS-14(1980) P.77.
3. EVGENE IRSCHICK POLITICS AND SOCIAL CONFLICT IN SOUTH INDIA, OXFORD, BOMBAY, (1969) P, 286.
4. SUBRAMANYA BHARATI, 'AGNI AND ESSAYS' p. 97, 98.
5. இளசை மணியன், 'பாரதி தரிசனம்', நியூ செஞ்சுரி புக் ஹவுஸ், சென்னை (1975) பக். 231,
6. IBID, P. 232.
7. IBID, P. 235.

காலமும் களமும்

'**கா**ட்டாற்று வெள்ளத்தின் கம்பீரத்துடனும் துப்பாக்கிக் குழலிலிருந்து சீறிப் பாயும் அனல் குண்டுகளின் வேகத்துடனும் சலசலத்து இறங்கி மேகமண்டலத்தை எழுப்பும். மலையருவியின் பேரழகோடும் பாடல்களை இசைத்துச் சென்றவர் பாரதி'

காலங்காலமாக இந்த மண்ணில் போற்றப்பட்டு வந்த செல்லரித்துப் போன பல இலக்கியக் கொள்கைகளைப் பின்னுக்குத் தள்ளிப் புத்திலக்கிய விழிப்பிற்கு வழிவகுத்த பாரதியார், 'ஆரிய தேசம்', 'இந்து ஜாதி', 'பண்டைய வேத இதிகாசங்கள்' போன்றவற்றிற்கு அளவிற்கு மீறி அழுத்தம் கொடுத்துப் பார்க்க நேர்ந்ததற்கான அவசியம் அல்லது 'உள்நோக்கம்' என்ன என்று நாம் சரியாகப் புரிந்துகொள்வதற்கு பாரதியின் இலக்கிய வெளிப்பாடுகள் நிகழ்ந்த அக்காலச் சூழ்நிலையையும், அவர் புகுந்த களத்தில் நிகழ்ந்த போரின் தன்மையையும் நாம் பரிசீலிக்க வேண்டும்.

அன்றைய போர்க்களத்தில் அவர்முன் நின்ற எதிரிகள் யார் யார், அவர்கள் என்னென்ன ஆயுதங்களைப் பயன்படுத்தினர், பாரதி உருவான அந்தக் காலகட்டத்தில் இந்தியத் துணைக் கண்டத்தில் எழுச்சி கொண்ட இயக்கங்கள் எத்தன்மையானவை, அவை எந்தெந்த வர்க்கங்களைப் பிரதிபலித்தன என்பன போன்ற கேள்விகளை எழுப்பி, அதற்கான பதில்களைத் தேடினால், பாரதியின் படைப்புகளில் காணப்படும் பல்வேறு சிக்கல்களுக்கும், நெருடல்களுக்கும் பதில் கிடைக்கும். மார்க்சிய - லெனினிய அணுகல் முறை இதில் பெரிதும் பயன்படும்.

அத்தகைய சரியான அணுகல்முறை இல்லாததன் விளைவாகவே, இக்காலத்திய சமூக அநீதிகளுக்கெல்லாம் முழுமையான தீர்வைச் சொன்னவராக பாரதியைக் கொண்டாடுபவர்கள் ஒருபக்கமும், இன்னொரு பக்கம் பிறவியை முன்வைத்து அவரை ஒரு பார்ப்பனக் கவிஞராக அடையாளப்படுத்திச் சாடுபவர்களாகவும் காண்கிறோம். இரண்டுமே முழுமையாக ஏற்புடைய ஒன்று அல்ல. அவர் ஒரு மகாகவி என்பதை யாரும் மறுக்க இயலாது. பன்னாட்டுப் பார்வையுடன் எல்லாவற்றையும் அணுகியவர் அவர். உலகளவிலான நடப்புகள் மற்றும் செய்திகள் என அனைத்தையும் புரிந்து, ரஷ்யப் புரட்சி உட்பட அவை குறித்தெல்லாம் தெரிந்து தமிழ் மக்களுக்கு அளித்த ஒரு முன்னோடி நவீன எழுத்தாளர் மற்றும் பத்திரிகையாளர் அவர். சாதி, மதம் முதலியன இங்கே முக்கியமில்லை. யாராக இருந்தபோதிலும் அவர்களை அவர்களின் காலத்தில் வைத்துப் பார்ப்பதும் அவர்களின் பங்களிப்புகளைத் துல்லியமாக மதிப்பிடுவதும் மட்டுமே இங்கு முக்கியம். இந்த விடயத்தில் கார்ல் மார்க்சை ஒரு சிறந்த எடுத்துக்காட்டாக நாம் காணலாம். மார்க்சியச் சிந்தனையை உலகுக்கு அளித்த அவர் மார்க்சியத்திற்கு முந்தைய சிந்தனையாளர்கள், எழுத்தாளர்கள் குறித்தெல்லாம் எந்த வெறுப்போடும் அணுகியதில்லை. பெரிய அளவில் அப்படியானவர்களின் முந்திய எழுத்துகள், கண்டுபிடிப்புகள் எல்லாவற்றையும் தன் நியாயங்களை விளக்கப் பயன்படுத்திக்கொள்ள அவர் தயங்கியதில்லை.

டால்ஸ்டாய் பற்றி லெனின் இப்படிக் கூறுவார்:

"டால்ஸ்டாயின் படைப்புகள், பார்வைகள், கொள்கைகள், கோட்பாடுகள் ஆகியவற்றில் உள்ள முரண்பாடுகள் வெளிப்படையாகத் தெரிகின்றன. ஒருபுறம் ஒப்பற்ற சித்திரங்களாக ருஷ்ய வாழ்க்கையைப் படைத்துக்காட்டி, உலக இலக்கியச் செல்வக் குவியலுக்கு முதல் தரமான காணிக்கைகளைச் செலுத்திய மேதையையும், மாபெரும் கலைஞனையும் அவரிடம் காண்கிறோம். மறுபுறம் கிறிஸ்துவின் மீது மயக்கம் கொண்ட ஒரு நிலப்பிரபுவையும் அவரிடம் காண முடியும்.

"... டால்ஸ்டாயின் பார்வையிலுள்ள முரண்பாடுகள் எல்லாவற்றையும் இன்றைய உழைக்கும் வர்க்க இயக்கம் மற்றும் சோசலிச நிலைப்பாட்டிலிருந்து கொண்டு

மதிப்பிட்டுப் பார்க்கக்கூடாது (அத்தகைய மதிப்பீடு தேவையெனினும் அதுவே போதுமானதாக இராது). மாறாக, முன்னேறி வரும் முதலாளித்துவத்திற்கும் தங்கள் நிலத்தை இழந்த மக்களின் சீரழிவிற்கும், எதிரான தந்தை வழிச் சமூக ருஷ்ய கிராமப்புற மக்களின் *(PATRIARCHAL RUSSIAN COUNTRYSIDE)* எதிர்ப்பு என்ற கண்ணோட்டத்துடனேயே நாம் பார்க்க வேண்டும்.

"...இத்தகைய கண்ணோட்டத்திலிருந்து சொல்வதென்றால் டால்ஸ்டாயின் பார்வையிலுள்ள முரண்பாடுகள் உண்மையில், நமது புரட்சியில் தங்கள் வரலாற்றுப் பங்கை விவசாயி வர்க்கம் ஆற்ற வேண்டிய சூழ்நிலையில் முரண்பாடுகளையே பிரதிபலிக்கின்றன." (1)

என்று கூறுவதையும் நாம் மனதிற் கொள்வது அவசியம்.

காட்டாற்று வெள்ளத்தின் கம்பீரத்துடனும், துப்பாக்கிக் குழலிலிருந்து சீறிப் பாயும் அனற்குண்டுகளின் வேகத்துடனும், சலசலத்து இறங்கி மேக மண்டலத்தை எழுப்பும் மலையருவியின் பேரழகோடும் பாடல்கள் இசைத்துச் சென்ற பாரதி என்னும் மகா கலைஞனின் முரண்பாடுகளைப் புரிந்துகொள்ளவும், விளக்கவும் தேவையான அன்றைய அரசியல் சூழ்நிலையும், இந்திய தேசியத்தின் தோற்றத்தையும், தேசிய இயக்கத்தின் அன்றைய பண்புகளையும் சுருக்கமாகவேனும் நாம் பார்க்க வேண்டியது அவசியம்.

மேலைநாடுகளைப் போல நிலப்பிரபுத்துவத்தையும், அதன் பண்புகளையும் முற்றாக அழித்து, அந்த அழிவின் இடிபாடுகளிலிருந்து முதலாளித்துவம் இங்கு முகிழ்க்கவில்லை. வழிவழியாக வந்த இந்தியச் சமூகம் சிதைந்து தனக்கே உரித்தான ஓர் இயல்பான வழியில் ஒரு புதிய சமுதாயம் மலர இருந்த தருணத்தில் ஆங்கிலேயர் இந்தியாவைக் கைப்பற்றினர். முன்பே முகிழ்த்து, முற்றிலும் வளர்ந்து கனிந்துவிட்ட ஆங்கில முதலாளி வர்க்கம் இந்தியாவைக் கைப்பற்றி, தங்கள் ஆதிக்கத்தை நிலைநாட்டி முழுமையான சுரண்டலுக்கு வழிவகுத்தார்கள். தங்களின் பொருளாதாரச் சுரண்டலுக்கு ஏற்ற வகையில் இந்தியாவை அரசியல் ரீதியாக ஒருமைப்படுத்தி, உலகச் சந்தையோடு இணைத்து, மூலப் பொருட்களை வாங்கவும், உற்பத்தி செய்த பொருட்களை

வினியோகிக்கவும் ரயில்வே, தந்தி போன்ற நவீனத் தொடர்பு சாதனங்களையும் அமைத்தனர். இதன் உடன் விளைவாக நவீனத் தொழில்களுக்கும், தொழிலறிவிற்கும், ஆங்கிலக் கல்விக்கும் வித்திட்டனர். இவை யாவற்றையுமே தங்களின் பொருளாதாரச் சுரண்டலுக்கு ஏற்றவாறு, போதுமான அளவிற்கு மட்டுமே நிறைவேற்றினார்களே ஒழிய முழுமையாகச் செயல்படுத்தவில்லை. புதிய தொழில்முறைகளும் காலனியாதிக்கமும் இந்தியச் சமூகத்தில் ஏற்படுத்திய சிதைவுகளுக்கும், துன்பங்களுக்கும் மத்தியில் ஆங்கில ஆட்சியாளர், இந்திய சமூகத்தின் நிலப்பிரபுத்துவச் சக்திகளுடனும், மன்னர்களுடனும் போராடி, உடன்கட்டை ஏறும் பழக்கம், குழந்தை பலி போன்ற சமூகக் கொடுமைகளை ஒழித்தனர். இந்திய தேசியத்தின் தந்தையாக வரலாற்றாசிரியர்களால் கூறப்படுகிற ராஜாராம் மோகன்ராயைப் பிரதிநிதியாகக் கொண்ட அக்காலத்து இந்தியச் சமூகத்தின் முற்போக்கான சீர்திருத்தவாதிகள் இந்தப் பணியில் ஆட்சியாளர்களுடன் ஒத்துழைத்தனர். இவர்கள் ஆங்கில ஆட்சியாளரை, இந்தியச் சமூகத்தின் சகல தீமைகளையும் போக்க வந்த முற்போக்கு சக்திகளாகப் போற்றினார்கள்.

முடி இழந்த மன்னர்களும், சலுகைகள் இழந்த நிலப்பிரபுக்களும் தங்கள் ஆதிக்கத்தை மீண்டும் நிலைநாட்டத் தலைமை வகித்து நடத்திய 1857 ஆம் ஆண்டு எழுச்சி, 'முதல் சுதந்திரப் போர்' என அழைக்கப்படுவதற்கான நியாயங்களைப் பெற்றிருந்தபோதும் அதன் பிற்போக்குத் தன்மை காரணமாக மக்களின் பேராதரவைப் பெறமுடியாமல் தோல்வியடைந்தது. எனினும் அந்த எழுச்சியில் மக்களின் அதிருப்தியையும், வெறுப்பையும் இனங்கண்டு கொண்ட ஆட்சியாளர்கள் தங்கள் ஆதிக்கக் கொள்கைகளிலும், ஆட்சியின் தன்மையிலும் சிற்சில மாற்றங்களை ஏற்படுத்திக்கொண்டனர். வளர்ந்து வரும் இந்திய முதலாளிகள் அடங்கிய முற்போக்கு சக்திகளுக்கு ஆதரவளிக்கிற நிலையை மாற்றி, பழைய சமஸ்தான மன்னர்கள், நிலப்பிரபுக்கள் அடங்கிய, மக்களுக்கு விரோதமான பிற்போக்கு சக்திகளுக்கு ஆதரவளிக்கின்ற நிலையையும் மேற்கொண்டனர். சமூகச் சீர்திருத்தப் போக்குக்களில் மந்தம் ஏற்பட்டது. இந்துக்களையும்,முஸ்லிம்களையும் ஒருவருக்கொருவர் விரோதமாகத் தூண்டிவிடக் கூடிய கொள்கைகளும், சின்னஞ்சிறிய வேற்றுமைகளையும் பெரிதுபடுத்திப் பயன்படுத்திக்கொள்ளக்கூடிய நடவடிக்கைகளும் மேற்கொள்ளப்பட்டன.

இதே காலகட்டத்தில் இந்தியச் சமூகத்தில் புதிய சக்திகள் முன்னணிக்கு வந்துகொண்டிருந்தன. 1853 இல் பம்பாயில் இந்திய மூலதனத்தைக் கொண்டு, இந்தியர்களால் நிர்வகிக்கப்பட்ட முதல் பருத்தி ஆலை துவங்கப்பட்டது. 1900 அளவில் 193 ஆலைகள் இந்தியாவில் இருந்தன. மேனாட்டுக் கல்வி முறைகளைப் பயின்று ஏராளமான வக்கீல்களும், டாக்டர்களும், பேராசிரியர்களும் உருவாயினர். பத்தொன்பதாம் நூற்றாண்டில் முன்னணிக்கு வந்த முதலாளித்துவ ஜனநாயகக் கருத்துகளை இவர்கள் பிரதிபலித்தனர்.

வளர்ந்து வந்த இந்தியத் தொழில் துறைக்கு விரோதமாக, லங்காஷயர் பருத்தி ஆலை முதலாளிகளின் வேண்டுகோளுக்கிணங்க இந்தியாவில் இறக்குமதி செய்யப்படும் துணி வகைகள் மீதிருந்த சுங்க வரியை ஆங்கில அரசு நீக்கியதைத் தொடர்ந்து, தங்களைக் கீழ்ப்படுத்தும் போட்டியாளர்கள் ஆங்கில ஆட்சியாளர்களே என்கிற உண்மையை இந்திய முதலாளிகள் உணரத் தலைப்பட்டனர். 1857 முதல் 1880 வரையிலும் இறக்குமதிகள் மீதிருந்த சுங்கவரி நீக்கத்தை எதிர்த்துப் போராட்டங்கள் நடைபெற்றன.(2) ஆங்கில ஆட்சியின் கொடுமையான சுரண்டலின் விளைவாக நாடெங்கும் கொடிய பஞ்சங்கள் தலைவிரித்தாடின. கோடிக் கணக்கில் மக்கள் மாண்டனர். உழவர் கலகங்கள் ஆங்காங்கு வெடிக்கத் துவங்கின.

மக்களின் கொந்தளிப்பையும், ஆங்கில ஆட்சிக்கு எதிராகத் தோன்றிய உணர்வுகளையும் திசை திருப்பிவிட்டு, ஆங்கிலேய ஆட்சியைக் காப்பாற்றுவதற்காக வைசிராய் டப்பரின் ரகசியமாய் செய்துகொண்ட ஓர் ஒப்பந்தத்தின்படி 1885 இல் ஆங்கிலேய அதிகாரியான ஆலன் ஆக்டேவியன் ஹ்யூமைக் கொண்டு இந்திய தேசிய காங்கிரஸ் துவங்கப்பட்டது. வன்முறையை அடிப்படையாகக் கொண்ட புரட்சிக்கு எதிரான ஒரு கருவியாக இவ்வாறு இந்திய தேசிய காங்கிரசில் வெகு விரைவில் வளர்ந்துவந்த இந்திய முதலாளிகள் சேர்ந்து நிரம்பினர்.

இவ்வாறு தோன்றிய காங்கிரஸ் முதலிருபது ஆண்டு காலத்தில் ஆங்கில ஆட்சியை நேரடியாக எதிர்க்கும் திராணி படைத்திருக்கவில்லை, மக்கள் படும் துன்பங்களுக்கெல்லாம் நாட்டின் பின்தங்கிய நிலைமையும், சீர்திருத்தங்களை எதிர்க்கும் மனப்பாங்கும் "உத்தியோக வர்க்கத்தின்" ஆட்சிமுறையில் உள்ள குறைபாடுகளுமே காரணங்கள் என அன்றைய காங்கிரஸ்

தலைவர்கள் எண்ணினர். இந்த நிலைமைகளை நீக்குவதற்கு ஆங்கில ஆட்சியின் ஒத்துழைப்பையும் அவர்கள் நாடினர். அன்றைய காங்கிரஸ் தலைவர்களில் ஒருவராகிய சுரேந்திர நாத் பானர்ஜி வெளிப்படையாகவே இப்படிக் கூறினார்:

> "பிரிட்டிஷ் தொடர்புக்குத் தடுமாற்றமற்ற விசுவாசத்துடன் பணியாற்றுவதே சிறப்பானது. ஏனெனில் பிரிட்டிஷ் ஆட்சியை இந்தியாவிலிருந்து ஒழிப்பது நம் நோக்கமல்ல; ஆனால் அதன் அடிப்படையை விரிவுபடுத்தி, அதன் உணர்வைத் தாராளப்படுத்தி, அதன் தன்மையை மேன்மைப்படுத்தி அதனை ஒரு நாட்டின் அமைப்புகளின் மாற்றவொண்ணாத அஸ்திவாரத்தின்மீது ஏற்றுவதே நோக்கம்" (2)

புகழ்பெற்ற மார்க்சிய அறிஞராகிய ரஜனி பாமி தத் கூறுவார்:

> "இக் கூற்றுகளிலிருந்து பழைய காங்கிரஸ் தலைவர்கள் பிற்போக்கானவர்கள்; மாற்றார் ஆட்சியை ஆதரித்த தேசிய விரோதிகள் என்று கருதிவிடக் கூடாது. மாறாக அக்காலத்து இந்தியச் சமுதாயத்தின் மிக முற்போக்கான சக்தியை அவர்கள் பிரதிபலித்தார்கள். வளர்ந்து வரும் தொழிலாளி வர்க்கத்து உணர்ச்சிகளை வெளியிடும் திறனோ, நிறுவனமோ இன்னும் முற்றிலும் ஏற்படாததாலும், உழவர்கள் கோடிக்கணக்கான ஊமையர்களாக இருந்ததாலும், இந்திய பூர்ஷ்வாக்களே இந்தியாவின் மிக முற்போக்கான, 'ஸ்தூலமான புரட்சி சக்தியாக விளங்கினார்கள்." (3)

ஆனால் ஆங்கில ஏகாதிபத்தியத்தின் துணைகொண்டு அன்றைய இந்திய முதலாளிகளுக்கும் மக்களுக்கும் இழைக்கப்பட்ட கொடுமைகளுக்கு விடிவு கண்டுவிடலாம் என்ற காங்கிரஸ் தலைவர்களின் நம்பிக்கை வெகுவிரைவில் கரைந்துபோகத் துவங்கியது. கடுமையான அடக்குமுறைச் சட்டங்களை ஆங்கில அரசு வெகுவிரைவில் அவிழ்த்துவிட்டது. இந்தச் சூழ்நிலையில், ஆங்கில ஆட்சியை அனுசரித்துப் போகிற பழைய கொள்கைகளுக்குக் காரணமான பழைய தலைவர்களைத் தூக்கி எறிந்துவிட்டு, ஏகாதிபத்தியத்தின் எல்லாவிதமான தொடர்புகளையும் திட்டவட்டமாகத் துண்டித்தெறிகிற தீர்மானமான திட்டத்துடன் கூடிய தலைவர்கள் காங்கிரசில்

தோன்ற வேண்டியது அவசியமாயிற்று. பம்பாய் வியாபார முதலாளி வர்க்கத்திலிருந்து தோன்றிய முதல் அரசியல் வாதியாகிய தாதாபாய் நவுரோஜி (4) பூரண சுயாட்சி முழக்கம் எழுப்ப வேண்டியதாயிற்று. லோகமான்ய பாலகங்காதர திலகரின் தலைமையில் தீவிரவாதிகளின் குழு ஒன்று காங்கிரசில் உருவாயிற்று.

இந்தப் புதிய தலைவர்களுக்கு அரசியல், சமூகப் பிரச்சினைகளில் நவீன நோக்கில்லை. தொழிலாளிகளையும், விவசாயிகளையும் அவர்களது விடுதலைக்கான போராட்டத்தின் அடிப்படையில் திரட்டி ஏகாதிபத்தியத்திற்கு எதிரான போராட்டத்தில் ஒருமைப்படுத்த வேண்டும் என்கிற சிந்தனை இந்தத் தலைவர்களிடம் தோன்றுகிற அளவிற்கு அன்றைய சமூகச் சூழ்நிலைகளும், தொழிலாளி வர்க்கமும் இந்தியாவில் வளர்ந்திருக்கவில்லை.

விஞ்ஞான ரீதியான அரசியல் தத்துவக் கண்ணோட்டம் இல்லாத இந்தத் தலைவர்கள் 'கொஞ்சங்கூட தேசிய உணர்வு இல்லாத' ஆங்கில ஏகாதிபத்தியத்தையும் அதன் பண்பாட்டையும் பின்பற்றி மிதவாதப் போக்கை மேற்கொண்டு 'ஆங்கில அரசுடன் நேசமாக' நடந்துகொண்ட பழைய தலைவர்களின் கொள்கைகளில்தான் அவர்கள் தோல்வியின் ரகசியம் அடங்கியிருக்கிறதென எண்ணி அவற்றையும், அன்றைய ஆங்கில ஆட்சியாளர்கள் அரும்பி வரும் இந்திய தேசியத்திற்கு எதிராக முன்வைத்த வாதங்களையும் மூர்க்கமாய் எதிர்த்துத் தகர்ப்பதே தம் முழு முதற்பணியாக எண்ணி, அவற்றிற்கு எதிராகத் தங்களின் தாக்குதல்களை மையப்படுத்தினர்.

தேசிய உணர்வு, நாட்டுப்பற்று ஆகியவற்றை வளர்ப்பதும், மேற்கத்திய கலாச்சாரத்தைவிட பண்டைய இந்து அல்லது ஆரிய நாகரிகம் உயர்ந்தது என நிறுவுதலும், பண்டைய ஆட்சி முறைகள் உயர்ந்தவை எனவும், மன்னர்கள் பொற்காலத்தைப் படைத்திருந்தனர் என்பது போலவுமான எண்ணங்களை நிலைநாட்டுதலும் அன்றைய காலகட்டத்தில் அவர்களுக்கு அத்தியாவசியமாயின.

இந்தச் சூழ்நிலையில்தான் (1904) மகாகவி பாரதியின் அரசியல் பிரவேசம் நிகழ்கிறது.

தேசியம் – அவர்களின் தத்துவம்

அந்நிய ஆட்சிக்கு எதிராக மக்களைத் திரட்டுகிற தங்கள் இயக்கத்தின் தத்துவமாக அவர்கள் தேசியத்தைக் கொண்டனர். தாங்கள் திரட்டவேண்டிய எளிய மக்களின் வாழ்க்கையையும், ஏகாதிபத்தியத்திற்கு எதிரான போராட்டத்தையும் இணைத்துப் பிரச்சாரம் செய்து அதன்மூலம் தேசியத்தை வளர்க்கத் துணியாத அன்றைய தலைவர்கள், மக்கள் மத்தியில் இந்த உணர்வை வளர்ப்பதற்கு வேறு எளிய வழிகளைத் தேடினர். மக்களின் மத உணர்வு அப்போது அவர்களுக்குக் கைகொடுத்தது. இதை அவர்கள் மேற்கொண்டதென்னவோ முற்றிலும் நவீனமானதும், போற்றத்தக்கதுமான ஒரு குறிக்கோளுக்காகத்தான் எனினும், இதுவே பின்னாளில் தேசிய உணர்வை பலவீனப்படுத்த நேர்ந்ததும், வகுப்புவாதச் சிந்தனைகளுக்கும், நாட்டுப் பிரிவினைக்கும், இந்து முஸ்லிம் பகைக்கும் இட்டுச் சென்றதும் வேறு கதைகள். லோகமான்ய திலகரிலிருந்து, பங்கிம் சந்திரர், அரவிந்தகோஷ், பாரதியார் ஈறாக தேசியத்தையும் இந்து மதத்தையும், தேச பக்தியையும் தெய்வ பக்தியையும் ஒன்றிலிருந்து மற்றொன்றைப் பிரிக்கவொண்ணாத தத்துவங்களாக முன்வைக்க நேர்ந்த கதை இதுதான். 1908ம் ஆண்டு வெளிவந்த 'ஜன்மபூமி' என்ற கவிதைத் தொகுப்பின் முன்னுரையில் பாரதி கூறுவார்;

> "சென்ற சுபகிருது வருஷத்திலே பாரத நாட்டில் சர்வ சுபங்களுக்கும் மூலாதாரமாகிய 'தேச பக்தி' என்ற நவீன

மார்க்கம் தோன்றியது. நல்லோர்கள் சிந்தையெல்லாம் உடனே புளகாங்கிதமாயின. நல்லோருடைய குணங்களிலே குறைவுடையவனாகிய நான், தேவியினது கிருபையால் அப் புதிய சுடரினிடத்து அன்பு பூண்டேன்.” (5)

அவ்வன்பு காரணமாகச் சில கவிதை மலர் புனைந்து மாதாவின் திருவடிக்குச் சமர்ப்பிக்கப்போவதாகக் கூறிக்கொண்டு பாரதி களம் புகுகிறார். ‘வந்தே மாதரம் என்போம், எங்கள் மாநிலத் தாயை வணங்குதும் என்போம்’ என்று முதன் முதலாக மாநிலத் தாயை வணங்கும் புதிய மார்க்கத்தை உண்டு பண்ணுகிறார். பாரதமாதாவைச் சக்தி வடிவாக்கி அவளுக்குத் திருப்பள்ளி எழுச்சி பாடுகிறார். நவரத்னமாலை சூட்டி அழகு பார்க்கிறார். திருத்தசாங்கம் இசைக்கிறார். கொடி வாழ்த்துப் பாடுகிறார்.

அறிவுநீ, தருமநீ, உள்ள நீ, அதனிடை
மருமநீ, உடற்கண் வாழ்ந்திடும் உயிர்நீ,
தோளிடை அன்புநீ, நெஞ்சகத் தன்புநீ
ஆலயந் தோறும் அணிபெற விளங்கும்
தெய்வச் சிலையெலாந் தேவியிங் குனதே

என்று வங்கக் கவிஞர் பங்கிம் சந்திரரின் அடியொற்றி அன்னைக்கு வாழ்த்துரைக்கிறார். அது மட்டுமா?

தண்ணீர் விட்டோ வளர்த்தோம். சர்வேசா! இப்பயிரைக்
கண்ணீராற் காத்தோம். கருகத் திருவுளமோ?

என்றும்,

என்றெம தன்னை கைவிலங்குகள் போகும்?
என்றெம தின்னல்கள் தீர்ந்துபொய் யாகும்?

என்றும் ஆண்டவனிடம் வேண்டும் போதும் அரசியல் பேசுகிறார். சுதந்திர தேவிக்குத் துதி பாடுகிறார். பாப்பாவிடம் பாடம் சொல்லும்போது கூட ‘அமிழ்தினியதடி பாப்பா! நம் ஆன்றோர்கள் தேசமடி பாப்பா’ என்று பாப்பாவை உச்சி முகர்ந்து தேச பக்தியை ஊட்டுவார். ‘தேசத்தைக் காத்தல் செய்’ என்று ஆத்திசூடுவார். பாரதியும், வ.வே.சு.அய்யரும் சேர்ந்து பாரதமாதாவுக்குச் சிலையெடுத்ததும், பின்னாளில் பாரதியின் சகாக்களில் ஒருவராகிய சுப்பிரமணிய சிவா, சேலம்

மாவட்டத்திலுள்ள பாப்பாரப் பட்டியில் பாரதமாதா கோவிலுக்கு அடிக்கல் நாட்டியதும் இந்த நோக்கில்தான்.*(6)*

தேசியம் *(NATIONALISM)* என்பதை 'ஜாதிய அறிவு' என்று மொழியாக்கம் செய்த பாரதி அதனைக் கீழ்க்கண்டவாறு வரையறுக்கிறார்:

> இந்தியாவிலே பிறந்து, இந்தியாவிலே வளர்ந்து இந்நாட்டின் ஷேம லாபங்களையே தமது ஷேம லாபங்களாகவுடைய எல்லா வகுப்பினரும் ஒரே ஜாதியென்றும், அந்த ஜாதி முழுமையும் உன்னதம் பெறுவதற்குரிய வழிகளை அனுசரிக்க வேண்டுமென்கிற ஞானமே இந்திய 'ஜாதீய ஞானம்' என்று கூறப்படும். *(7)*

மக்கள் மகிழ்ச்சியுடன் கொண்டாடுகிற மதச் சடங்குகளுக்கும், விழாக்களுக்கும் புதிய விளக்கங்கள் கூறி, அதன்மூலம் தேச பக்தியை வளர்த்து, தேசிய இயக்கக் கொள்கைகளைப் பரப்புகிற யுக்தியையும் பாரதி கையாளத் தயங்கவில்லை. இந்திய நாட்டின் மிகப் பெரிய பண்டிகையாகிய தீபாவளியை 'பாரதர்களைப் பிடித்துவந்த கொடுங்கோன்மையொழித்து பாரதர்களுக்கு ஸ்ரீபகவான் ஸ்வதந்திரமருளிய உத்தம தினம்' என்பார் பாரதி. மேலும் சொல்வார்:

> *நமது பாரதநாடு ஸ்வதந்தரமடைந்த தினமாகையால் நாம் தீபாவளியைக் கொண்டாடுகிறோம். தற்போது பாரத நாட்டில் ஸ்வதந்திரமில்லை. ஸ்வதந்திரத்திற்காக முயன்றாலும் பற்பல கஷ்டங்கள் உண்டாகின்றன. கஷ்டம் உண்டானாலும் நம்மவர்கள் அவற்றையெல்லாம் பொறுத்துக்கொண்டு எடுத்த காரியத்தை விடாமல் முயற்சித்து பலவிதமான நன்மைகளைச் செய்து வ்ருகின்றனர்...*
>
> *.....இதற்குப் பல தடைகள் தற்சமயம் உண்டானாலும் பரம கிருபாநிதியான கடவுள் கிருபையால் அவையெல்லாம் சூரியனைக் கண்ட பனி போல் பறந்துவிடும். இப்பெரு முயற்சியின் பயனாக பாரத தேசம் ஸ்வதந்திரமடைந்து ஸ்வராஜ்யம் ஸ்தாபித்துவிட்டால், அந்தத் தினமும் பாரத நாட்டில் எல்லா மதத்தினர்களுக்கும் பொதுவான ஓர் புதிய தீபாவளியாகிவிடும். (8)*

ஆம்! விடுதலை நாளே இனி இந்திய மக்கள் கொண்டாடவேண்டிய தீபாவளி என்று பாரதி சொன்னதோடு நிற்கவில்லை. இனிமேல் பாரத நாட்டின் பண்டிகை தினங்கள், புண்ணியத் தலங்கள் எல்லாவற்றையும் மாற்றிவிட்டு, தேசிய இயக்கப் போராட்டத்தோடு தொடர்புடைய தினங்களையும், தலங்களையுமே போற்றவேண்டும் என்று கூறுகிற எல்லைக்கும் பாரதி அதே கட்டுரையில் சொல்லுகிறார். பிறிதோரிடத்தில், விடுதலைப் போராட்ட வீரர்களை அடைத்துவைத்த சபர்மதி சிறைச்சாலையையும், கோயம்புத்தூர் சிறைச்சாலையையும், அலிப்பூர் சிறையையும், "பகவான் தனது திவ்விய ஸ்வரூபத்தைக் காட்டிக் காத்து ஆட்கொண்ட மகா பரிசுத்தமான புண்ணிய ஸ்தலமென்று எவன்தான் எண்ணாமலிருப்பான்?" என்று ஆவேசத்துடன் வினவுகிறார்.(9)

மற்றொரு கட்டுரையில் தீபாவளியைப் பற்றிக் குறிப்பிட்டு அன்று லட்சுமி நரகாசுரனின் வலிமை மூலத்தைக் கண்டு அழித்தொழிக்காததனால்தான் அவன் மறுபடி மறுபடி தளிர்க்கத் துவங்குகிறான். ஆதலால் "நாம் இனியேனும் நரகாசுரனுடைய மர்ம ஸ்தலத்தை நன்றாக அறிந்து அதைத் தாக்காமல் இருப்போமானால் யாதொரு பிரயோஜனமும் கிடையாது" என்று கூறிவிட்டு, "தீபாவளி தினத்திலே கூட அன்னிய தேசத் துணிகள் வாங்கும் ஈசுவரத் துரோகிகள் நமது நாட்டிலே இருப்பார்களானால் நரகாசுரன் எவ்வாறு ஒழிவான்?" என்று கேட்பதன் மூலம் அன்னிய ஆட்சிதான் இன்று அழித்தொழிக்கப்படவேண்டிய நரகாசுரன் என்று வெளிப்படையாகவே சொல்லி மத உணர்வை தேசிய உணர்வாக மாற்ற முயற்சிக்கிறார். (17)

கவிதைகளிலும், கட்டுரைகளிலும் மட்டுமின்றி தான் எழுதிய கதைகளிலும் கூட பாரதி தன் கருத்துகளை வலியுறுத்தத் தயங்கியதில்லை. 'காக்கை இலக்கணம் கற்ற கதை' என்னும் ஒரு நகைச்சுவைக் கட்டுரையில் வருகிற ஓர் ஆண் காகம் கூறுவதாக பாரதி சொல்வார்:

"ஸ்வதேசாபிமானமும் ஸ்வபாஷாபிமானமுமில்லாத காகத்தை ஒரு காகமென்று சொல்லுதல் தகுமா? அதைப் பறந்து, தீனி தின்று திரியும் கரும் சிறு பிணமென்றுதான் சொல்ல வேண்டும்"(18)

இப்படி தான் படைத்த கதையாயினும், கட்டுரையாயினும், தெய்வ பக்தி பாடலாயினும், வேதாந்தப் பாடலாயினும் சமயம் வாய்த்த போதெல்லாம் தேசிய உணர்வை பாரதி ஊட்ட முயன்றதோடன்றி, தேசியப் பரப்புரை செய்யத் தேவையான சமயங்களையும் அவர் ஏற்படுத்திக்கொள்ளத் தயங்கவில்லை என்பது மனங்கொள்ளத் தக்கது.

வளர்ந்துவரும் இந்திய தேசியத்திற்கு எதிராக ஏகாதிபத்தியம் அமைதிகாத்து அடங்கிக் கிடக்கவில்லை. வழக்கம் போல எதிர்ப் பிரச்சாரங்கள் எல்லா மட்டங்களிலும், எல்லா வழிகளிலும் மேற்கொள்ளப்பட்டன. 'இந்தியா என்பது ஒரு வெறும் நிலநூல் சொல்லேயன்றி, அது எந்த நாளிலுமே ஒரு நாடாகவே இருந்ததில்லை. ஏராளமான சாதிப் பிரிவினைகளும், மொழிப் பிரிவினைகளும் உடைய இந்த நாட்டிற்குத் தன்னைத்தானே ஆண்டுகொள்ளும் தகுதி இல்லை. ஆன்மீக மயமான கீழைத் தேயக் கலாச்சாரம் ஆள்வதற்குத் தகுதியற்றது. பொருளாயதமான கலாச்சாரமாகிய மேனாட்டுக் கலாச்சாரமும், எல்லா வகையிலும் உயர்ந்த ஆங்கிலோ-சாக்சன் இனமுமே ஆள்வதற்குத் தகுதி உடையன' என்கிற ரீதியில் வரலாற்றை வக்கிரப்படுத்தி எழுதவும், அரசியல் பிரச்சாரங்களை முடுக்கிவிடவும் தலைப்பட்டனர்.

> "இந்தியா என்றொரு நாடு இல்லை, இருந்ததும் இல்லை; ஐரோப்பியக் கருத்துகளின்படி பூகோள *(15)* அரசியல், சமூக அல்லது சமய ஒற்றுமை வாய்ந்த இந்தியா என்ற நாடு இல்லை; நாம் அடிக்கடி கேள்விப்படுகிற இந்தியா என்ற நாடு இல்லை, 'இந்திய மக்கள்' இல்லை." *(19)*

என்றான் சர். ஜான் ஸ்டிராச்சி. இந்தியா என்ற நாடு இல்லை, இல்லை என்று எத்தனை வெறியுடன் எவ்வளவு முறை சொல்கிறான் பாருங்கள். சர். ஜான் சீலி சொல்வான்:

> இந்தியா என்பது ஓர் அரசியல் பெயர் அல்ல; ஐரோப்பா, ஆப்பிரிக்கா என்பதுபோல் அதுவும் ஒரு நிலநூல் சொல்.*(20)*

222 மொழிகளும், ஏராளமான சாதிகளும் உள்ள இந்நாட்டு மக்கள் விடுதலைக்குத் தகுதியற்றவர் என ஒருபுறம் ஓதிக்கொண்டே, மறுபுறம் இத் தீமைகளை வலுப்படுத்த முயலும் போக்கிரித்தனமான வேலையையும் ஆங்கில ஏகாதிபத்தியம் அன்று மிக நன்றாகவே

செய்தது. இந்து-முஸ்லிம் பூசல்கள் வளர்வதற்கேற்ப, இந்திய வரலாற்றை எழுதிய அன்றைய ஆங்கில வரலாற்றாசிரியர்கள் முற்றிலும் புற உண்மைகட்கு மாறாக ‘இந்து இந்தியா’ என்றும், ’முஸ்லிம் இந்தியா’ என்றும் இந்திய வரலாற்றை வகைப்படுத்தினர்.

இந்தச் சூழலில் முகிழ்த்து மணம்பரப்பத் துவங்கி இருந்த தேசிய இயக்கத்திற்கு, தனது முன்னேற்றப் பாதையில் இத்தகைய எதிர்ப் பிரச்சாரங்களைச் சந்தித்துத் தகர்க்க வேண்டியது அவசியமாயிற்று. நாம் முன்னரே குறிப்பிட்டதுபோல சரியான தத்துவ ஞானமும், ஏற்ற புறச் சூழலும் இல்லாத நிலையில், ஏகாதிபத்தியத்திற்கு எதிர்ப்பிரச்சாரம் செய்கிற நோக்கத்தில் பின்விளைவுகளைப் பற்றிச் சிந்திக்காமல், அகண்ட பாரத தேசம் பற்றியும், அதனுடைய பண்டையக் கலாச்சாரப் பெருமைகள் பற்றியும், ஆரிய இன மேன்மையைப் பற்றியும், வேற்றுமைகட்கு மத்தியிலும் ஒற்றுமை உண்டு, உண்டு என்று அடித்துச் சொல்வதிலும் முதலாளி வர்க்கத்தின் தலைமையிலிருந்த அன்றைய தேசிய இயக்கம் குறியாய் இருந்தது.

ஆயிரம் சாதிகளை வைத்துக்கொண்டு அடித்துக்கொள்ளும் உங்களுக்குச் சுயாட்சி ஒரு கேடா என்று கேட்ட ஏகாதிபத்தியத்தை நோக்கி,

> “ஆயிரம் உண்டிங்கு ஜாதி, எனில் அன்னியர் வந்து
> புகலென்ன நீதி?”

என்று பாரதி சீறியதின் பின்னணி இதுதான்.

இப்படி இங்குள்ள வேற்றுமைகளையும், வேறுபாடுகளையும் சொல்லி சுயாட்சிக்குத் தகுதியில்லை என்ற பிரச்சாரத்திற்கு எதிரடி கொடுக்க வேண்டுமென்ற பிரக்ஞை பாரதியை விட்டு விலகியதே இல்லை என்பதற்குச் சான்றுகள் ஏராளமாக உள.

> அமெரிக்காவிலே எத்தனையோ பின்னல் கொண்ட மதஸ்தர்கள் சேர்ந்து ஏக ஜாதிய உணர்ச்சி கொண்டிருக்கவில்லையா? சீனாவிலே “பாக்ஸர்” கலகம் நடந்தபோது பவுத்தர்கள், மகமதியர்கள், கன்பூஷியஸ் மார்க்கஸ்தர் முதலிய எல்லோரும் ஒன்று சேர்ந்து கொண்டு வெள்ளை நிறத்தவரை எதிர்க்கவில்லையா? ஜப்பானில் கிறிஸ்தவர்கள், பவுத்தர்கள் என்ற எல்லோரும் ஒருங்கு

> *சேர்ந்து ருஷ்ய கிறிஸ்தவர்களை நாசம் செய்யவில்லையா? ஆதலால் மத வேற்றுமைகளும், குல வேற்றுமைகளும் இந்தியாவிலே ஜாதீய ஞானம் பிரபலமடைந்து ஸ்வராஜ்யம் ஏற்படுவதற்குச் சிறிதேனும் தடையாக மாட்டா. எந்தக் குலமாய் இருந்தாலும், எந்த மதமாய் இருந்தாலும் இந்தியர்களெல்லாம் ஓர் ஜாதிதான். இந்த ஜாதீய உறுதியை அந்நியர் எவ்வளவு அசைக்க முயன்றாலும், இது சிறிதேனும் அசைவு பெறமாட்டாது.(21)*

என்று ‘ஜாதீய அறிவு’ என்ற கட்டுரையில் குறிப்பிடும் பாரதி, ’ஸ்வராஜ்யத்திற்குத் தகுதி’ என்ற பிறிதொரு கட்டுரையில்,

> *நமக்குத் தோன்றுகிறமட்டிலும் உலகத்திலுள்ள எல்லா தேசத்தவர்களும் (ஸ்வராஜ்யத்திற்குத்) தகுதியுடையவர்களே. நாம் மட்டும் அந்நிய ராஜாங்கத்தாருக்குக் கீழ்ப்பட்ட நாள்முதலாக ஸ்வராஜ்யத்திற்குத் தகுதியற்றவர்களாக இருக்கின்றோம். சோம்பல், துணிவில்லாமை முதலிய குணங்கள் நம்மவர்கள் ஸ்வராஜ்யம் இழந்து போன பின்புதான் நமக்கு ஏற்பட்டன. வேறு நம்மவர்களின் ஆச்சாரங்களிலும், மதசம்பந்தமான விஷயங்களிலும் அநேக குற்றங்களிருப்பதால் நாம் ஸ்வராஜ்யத்திற்குத் தகுதி உடையவர்கள் இல்லையென்று சொல்லும் ஜனங்களை நாம் சிறு குழந்தையென்றே நினைக்கவேண்டி இருக்கிறது. நமது சொந்த விஷயங்களிலே குறைகளே கிடையாதென்று நாம் சொல்ல விரும்பவில்லை. மண்ணுலகத்திலே குறையில்லாமல் முற்றும் பரிபூர்ணமான விஷயம் ஒன்றுமே கிடையாது. ஆனால், அதிலிருந்து நாம் இப்போதிருக்கும் ராஜாங்க முறைமையைச் சதாகாலமும் வைத்துக்கொண்டிருக்க வேண்டுமென்று அவசியமாக மாட்டாது.(22)*

என்று கூறும் பாரதி, விபின் சந்திர பாலரைப்பற்றி எழுதிய ஒரு குறிப்புரையில்,

> *சில விசுவாஸமற்ற ஜனங்கள் நீவிர் யாவரும் ஒரே ஜாதியைச் சேர்ந்தவர் அல்லர், உம்மிடத்துப் பல பாஷைகள் உள்ளன, ஜாதிபேதங்களும் மிகுந்திருக்கின்றதன; ஆதலின் நீங்களே ஒருங்குபடுவது அசாத்தியம் என்கின்றனர். இவர் இறைவனது அருளில் நம்பிக்கை இழந்ததும் தவிர மனிதனது*

> இயற்கையையும் அறியத் தவறினர். மனிதன் அவனது நிலைமையை மாற்றத் திறனுடையான் என்பதை அவர்கள் மறந்தனர். ஒரு தேசம் மற்ற தேசங்களினின்றும் உன்னத மலைகளாலும், கடலினாலும் பிளவுபட்டிருக்குமாயின் அதிலுள்ளோர் ஒருங்குபடுவது அவசியம், ஒரு காலத்திலாவது நிச்சயம். ஆனால் இப்பொழுது நம்மை ஒன்றாக்க சுயராஜ்யம் முயற்சியுளதன்றோ? அதற்கு முன்னிற்கும் தடைகளுமுண்டோ? அம் மட்டோ! எமது தேசத்தில் இப்பொழுதுள்ள தீமைகள் யாவும் இம்முயற்சி மூலமாகவே தொலையும்.*(23)*

என்று கூறுவதும் அதே பின்னணியில்தான்.

அன்றைய சூழ்நிலையில் இப்படித் தங்கள் தத்துவத்திற்கு ஏற்ப புது மத தத்துவ நூல்களுக்கு விளக்கமளித்தது ஒரு கலாச்சார மீட்பு நடவடிக்கையாக மாறியது. அவற்றில் ஒன்றுதான் பகவத் கீதையை, அன்றைய தீவிரவாத அந்நிய எதிர்ப்பிற்கு இணங்க விளக்கமளித்து உயிர்ப்பித்தது. திலகர் முதல் அரவிந்தர், பங்கிம் சந்திரர், பாரதி ஈறாக தீவிர தேசியம் பேசிய தலைவர்கள் அனைவரும் கீதைக்கு உரையும், விளக்கமும் எழுத நேர்ந்ததின் அடிப்படை இதுதான். நமக்கு உரிமையான நாட்டை அந்நியர்களிடமிருந்து, போரிட்டு மீட்கும் பணியில் பலாபலன்களை எதிர்பாராமல் தனது கடமையைச் செய்ய வேண்டும் எனவும், அந்தப் பணியில் உயிர் துறந்தாலும் அந்த ஆன்மா அழியாமல் மீண்டும் மீண்டும் இந்த உலகில் பிறக்கும் எனவும் போதிக்கிற கீதை அவர்களை வசீகரித்ததில் வியப்பில்லை. தீவிரவாதம் பேசிய திலகரைச் சேர்ந்தோரும், அகிம்சாவாதம் பேசிய காந்தியைச் சேர்ந்தோரும் ஒரே கீதையைத் தங்கள் தங்கள் கொள்கைகளுக்கேற்ப விளக்கிய வேடிக்கையை திலிப் போஸ், ‘பகவத் கீதையும் நமது சுதந்திர இயக்கமும்’ என்ற கட்டுரையில் சுவைபட விளக்குவார்.*(24)*

உடலும், மனமும் ஒருசேர வலிவு படைத்த எண்ணற்ற வீரர்கள் அன்றைய தேசிய வேள்விக்கு நிறையவே தேவைப்பட்டனர். அதற்கேற்ப கீதைக்கு விளக்கம் சொன்னார் பங்கிம் சந்திரர். கீதை வலியுறுத்தும் ‘கடமை’ என்பது, அவரவர் தத்தம் சுயதர்மத்தை’ நிறைவேற்றுதலே எனக் கூறிய பங்கிம் சந்திரர் சுயதர்மம் என்பதற்கு எல்லோரும் கொள்ளும் ‘மதக் கடமையை

நிறைவேற்றுதல்' என்ற பொருளை விட்டுவிட்டு, "சுயதர்மம் அதாவது 'அனுஷீலன்' (பயிற்றுவித்தல்) என்பது உடலையும் ஆன்மாவையும் கடமையின் மூலம் ஒருசேரப் பயிற்றுவித்தல்" என விளக்கம் கூறினார். பாரதியாரும், சரீர பலமும் அதனால் ஏற்படக் கூடிய மனோ உற்சாகமும் இல்லாதவர் பாரத பூமிக்கு அவசியமில்லை...... ......ஆரிய குமாரர்களே, மூலைக்கு மூலை சரீரப் பயிற்சிக்குரிய பாடசாலைகள் ஸ்தாபித்து தேக பலம் உண்டாக்கிக் கொள்ளுங்கள். ....அச்சமில்லாமை, மன உற்சாகம் முதலிய குணங்களை அபிவிருத்தி செய்யுங்கள். நமது 'இந்தியா' பத்திரிகையைப் படிப்போர் எல்லாரும் தத்தம் ஊரிலே ஒரு சரீர பலப் பயிற்சிப் பாடசாலையை ஸ்தாபித்து, அதை அபிவிருத்திக்குக் கொண்டு வருவார்களானால் நமக்கு அளவற்ற திருப்தி உண்டாகும். இவ்விஷயமாக வரும் கடிதங்களெல்லாம் மிகுந்த மகிழ்ச்சியுடன் பிரசுரம் செய்யப்படும்......

...... சம்பந்தமுள்ள பிள்ளைகளுக்கெல்லாம் இனாமாகச் சிலம்பம், கஸ்ரத், கர்லா முதலிய தொழில்கள் கற்றுக் கொடுக்கச் செய்வது மஹா சுலபமான விஷயம். உயர்ந்த வகுப்பு வாலிபர்களையே கெஞ்சி கஸ்ரத் பள்ளிக்கூடத்தில் சேர்க்க வேண்டுமென்பது அவசியமில்லை. எவ்விதமான பிள்ளைகள் வந்தாலும் போதும். தோள் வலியின் பெருமையையும், முக்கியத் தன்மையையும் நம்மவர்கள் முற்றிலும் மறந்துவிடக் கூடாதென்பது நமது நோக்கம்....

........எந்த ஊர் பொதுச் சபையார் இவ்விதப் பாடசாலை முதல் முதலாக ஏற்படுத்தித் திருப்திகரமான விவரங்களுடன் நமக்குத் தெரிவித்துக்கொள்கிறார்களோ அவர்களுக்கு நமது பத்திரிகையை ஒரு வருஷ காலம் சந்தா இல்லாமல் அனுப்பத் தயாராக இருக்கிறோம். (25)

என்று பகர்வதோடு, வாய்ப்பு வாய்த்த போதெல்லாம் அச்சமில்லாமையையும், பயமொழித்தலையும், உடல் வலிமையையும், வலியுறுத்திப் பாடத் தவறியதில்லை. எண்ணிலாத நோய் கொண்டு எழுந்து நடப்பதற்கும் 'வலிமை இல்லாத அன்றைய பாரத மக்களை வலிமையற்ற தோளினாய் போ, போ, போ!' என்று சபித்ததையும் 'உடலினை உறுதி செய்' என்று நறுக்குத் தெறித்தாற் போலக் கட்டளை இட்டதனையும் நாம் அறிவோம்.

தேசிய தனித்துவத்தைத் *(NATIONAL IDENTITY)* தேடுகிற தேடலின் இன்னொரு அம்சமாகவும், இந்திய மக்களும், இந்திய கலாச்சாரமும் ஐரோப்பிய கலாச்சாரத்திற்கு எல்லா வகைகளிலும் கீழானது என்பதற்கு எதிர்ப்பாகத் தோன்றிய பண்பாட்டு மீட்பின் இன்னொரு அம்சமாகவும் உருவானதுதான், 'இந்திய நாட்டு மக்கள் அனைவரையும் ஆரிய இனமாகக் கொண்டு அவர்கள் உயர்வையும், இந்திய நாட்டின் ஆன்மீகச் செல்வங்களாகிய பண்டைய வேத உபநிஷத்துக்களின் சிறப்பையும், இந்திய நாட்டில் தோன்றிப் பெரும்பாலான மக்களால் பின்பற்றப்படும் இந்து மதத்தின் மேன்மையையும் பாரதியும் அன்றைய தேசிய இயக்கமும் போற்றிய தன்மை.

> நாம் பாரத புத்திரர்கள், ஆரியர்கள். ஹிந்துக்களும், மஹமதியர்களும் கலந்த மஹா ஜாதி. நம்மில் இந்து தர்மம் என்று வழங்கப்படும் சனாதன தர்மத்தைச் சேர்ந்தவர்களே பெரும் பகுதி. ஓர் சிறு பகுதி மகமதியர். இவர்களும் மதக் கொள்கை மட்டில் அரபி தேசத்திற் பிறந்த மஹமதின் மார்க்கத்தை அனுசரிப்பவர்களாயினும் ஜாதியில் நம்மவர்களே;...
>
> ... நம்முள்ளே பொதுநலத்திற்கு விரோதமான வேற்றுமைகளை அவரவர்கள் கண்டகண்ட இ[illegible]த்தில் நீக்கிக்கொள்ள வேண்டுமேயல்லாது, நமது பொதுநலச் செய்திகளைக் காட்டிலும் வேற்றுமைச் செய்திகள் வெகு முக்கியம்போல் பின்னவற்றையே பிரமாதமாக முரசொலியுடன் பிரசங் கித்துக்கொண்டிருக்கலாகாது. மஹமதியர்கள் உட்பட நாமெல்லோரும் ஒரே மஹா ஜாதியைச் சார்ந்தவர்கள். (26)

என்று அழுத்தம் திருத்தமாக அடித்துச் சொல்கிறார் பாரதி. மற்றொரு தருணத்தில்,

> நமது வேதம், நமது சாஸ்திரம், நமது ஜனக்கட்டு, நமது பாஷைகள், நமது சிற்பம், நமது சங்கீதம், நமது நாட்டியம், நமது தொழில் முறைகள், நமது கோபுரங்கள், நமது மண்டபங்கள், நமது குடிசைகள்- இவை அனைத்துக்கும் பொதுப் பெயர் 'ஆர்ய சம்பத்து'
>
> ......தஞ்சைக்கோயில், திருமலை நாயக்கர் மகால், தியாகய்யர் கீர்த்தனங்கள், எல்லோராவில் உள்ள குகைக் கோயில்,

> ஆக்ராவிலுள்ள தாஜ் மஹால், சரப சாஸ்திரிகள் புல்லாங்குழல் இவை அனைத்துக்கும் பொதுப் பெயர் ஆரிய சம்பத்து எனவே ஆரிய சம்பத்தானது ஹிந்துஸ்தானத்தின் நாகரிகம்.(27)

என்று ஆரிய சம்பத்தில் தாஜ்மஹாலையும், தஞ்சைக் கோயிலையும் பாரதி சேர்த்துக் கூறுவது கவனிக்கத்தக்கது.

சத்ரபதி சிவாஜி வீர உரையிலும், க்ஷத்திரியர்களாகிய சேனைத் தலைவரையும், சிறந்த மந்திரிகளையும், யானைத் தலைவரையும், அருந்திறல் வீரர்களையும், வேலெறிப் படைகளையும், சூலெறி மறவர்களையும் ஒருசேர 'ஆரிய வீரர் காள்' என அழைத்து,

> பிச்சை வாழ்வுகந்து பிறருடைய ஆட்சியில்
> அச்சமுற்றிருப்போன் ஆரியனல்லன்!
> புன்புலால் யாக்கையைப் போற்றியே தாய்
> அன்பிலாதிருப்போன் ஆரியனல்லன் (நாட்டு
> மாட்சிதீர் மிலேச்சர் மனப்படி ஆளும்
> ஆட்சியில் உள்ளோன் ஆரியனல்லன்

என முழக்கும்போதும், ஹஸ்தினாபுரத்தை வருணிக்க வருகையில் புவியாளுமோர் கடுந்தொழில் இனிதுணர்ந்த க்ஷத்திரிய குலத்தை 'ஆரியவேள் மறவர்' என்றுரைக்கும் போதும், ஆரிய' என்ற பதத்திற்கு அனைத்து இந்திய மக்கள் மற்றும் அவர்கள் கலாச்சாரத்தைத்தான் பாரதி மனங்கொள்கிறாரேயன்றி, அவர் பிராமணர்களைக் குறிப் பதற்காக 'ஆரிய' என்ற பதத்தைப் பயன்படுத்தவில்லை என்பது தெள்ளத்தெளிவாகிறது. எனவே,

> "ஆரிய குமாரர்களே! உங்களுக்கெல்லாம் பரிபூர்ண ஆரியத் தன்மையும் ஸர்வாபீஷ்டங்களும் சித்தியடைவதாக" (28)

என்று பாரதி ஆசீர்வதிப்பதற்கும், எங்கள் ஆரிய பூமி, ஆரிய நாடு என்று ஆயிரம் முறை மார்தட்டிச் சொல்வதற்கும் அடிப்படை இப்போது புரிகிறதல்லவா? சதுர் வேதங்கள், மெய்யான சாஸ்திரங்கள் எனுமிவற்றால் பெருமையுறு வாழ்வளிக்கும் 'நற்றுணையாம் ஹிந்துமதப் பெற்றிதன்னை' வாழ்த்திப் பாரதி பாடியதற்கும், 'பன்னரும் உபநிடத நூலெங்கள் நூலே, பார்மிசை ஏது ஒரு நூல் இதுபோலே' எனப் பெருமையுடன் வினவியதற்கும் பின்னணி இதுதான். 'வேதமுடையதிந்த நாடு- நல்ல வீரர் பிறந்ததிந்த

நாடு, சேதமில்லாத ஹிந்துஸ் தானம்- இதைத் தெய்வமென்று கும்பிடடி பாப்பா' என்று தன் ஆசைப் புதல்வியிடம் பாசமுடன் கொஞ்சிக் கொஞ்சிப் பாடம் சொன்னதின் 'உள்நோக்கமும்' இதுதான்!

முன்னை இலங்கை அரக்கர் அழிய
முடித்தவில் யாருடை வில்?
காண்டிவம் ஏந்தி உலகினை வென்ற
கல்லொத்த தோள் எவர்தோள்?
சாகும்பொழுது இருசெவிக் குண்டலம்
தந்ததெவர் கொடைக்கை?

என்று அடுக்கடுக்காகக் கேள்விகள் கேட்டு தோன்று நிகழ்ந்ததனைத்தையும் உணர்த்தி, முப்பது கோடி முகமிருந்தாலும் உயிர் ஒன்றாகவும் செப்புமொழி பதினெட்டானாலும் சிந்தனை ஒன்றாகவும் கொண்டு, நாவினில் வேதத்தையும் கையில் நலந்திகழ் வாளையும் ஏற்று, அறுபதுகோடி தடக்கைகளாலும் அறங்கள் நடத்துகிற அன்னையைத் தன் சென்னியில் தூக்கிக் காவடி ஆடிய பாரதியின் சிந்தை புரிகிறதல்லவா?

தேசிய உணர்வை மக்கள் மத்தியில் விதைத்துப் பரப்புவதற்கு அன்றைய தேசிய இயக்கத் தலைவர்கள் கையாண்ட மற்றோர் வழி 'தேசிய வீரர்களை' (NATIONAL HEROES) உருவாக்கி, அவர்தம் புகழ்பாடி அதன்மூலம் மக்களின் உணர்ச்சிகளைத் தங்கள் குறிக்கோளில் குவியப்படுத்தும் கவர்ச்சி மையங்களாக உருவாக்குதலாகும். இதன் விளைவாகவே அன்று நாடெங்கிலும் ஒவ்வொரு மொழியிலும் ராணா பிரதாப், குரு கோவிந்த சிங், சிவாஜி ஆகியோரைப்பற்றிய கதைகள், நாடகங்கள், பாடல்கள் ஆகியவை தோற்றுவிக்கப்பட்டன. பாரதியும்,

வெளியிடப்பட்டன.

தாய் பிறன் கைப்படச் சகிப்பவனாகி
நாயென வாழ்வோன் நமரிலிங்குளனோ

எனக் கனல் பறக்கும் கவிதையில் சத்ரபதி சிவாஜி வீர உரையையும்,

தாய்த்திரு நாட்டைச் சந்ததம் போற்றிப்
புகழொடு வாழ்மின்! புகழொடு வாழ்மின்

என்று குரு கோவிந்தரின் புகழையும், பீரங்கி சகாயங்களோடு போராடிய ஆங்கிலேயப் படைக்கு இணங்காது போரிட்டு வீர மரணம் அடைந்த ராணி லக்ஷ்மிபாயின் வரலாற்றையும் எழுதினார்.

லாலா லஜபதிராய்க்கும், திலகர் முனிவர் கோனுக்கும் தாதாபாய் நவுரோஜிக்கும், பூபேந்திரருக்கும், வ.வு.சிக்கும், மகாத்மா காந்திக்கும் வாழ்த்துப் பாக்கள் பாடினார். 'நாடிழந்து மக்களையும் நல்லாளையும் பிரிந்து வீடிழந்து இங்குற்றேன். விதியினை என் செய்கேனோ எனக் கல்லும் கரைந்துருகும் லஜபதிராயின் பிரலாபம் பாடினார். ஆஷ் கொலைக்குக் காரணமாக இருந்தவற்றுள் ஒன்று என. நீதிபதி சங்கரன் நாயரால் குறிப்பிடப் பட்ட வ.உ.சி. விஞ்ச் கவிதை உரையாடலை எழுதினார். *(27)*

இவ்வாறு அவரது காலத்தில் முன்னணியில் இருந்த, அந்தக் காலகட்டத்தின் முற்போக்கான இயக்கமாகிய தேசிய விடுதலை இயக்கத்தின் கவிஞனாக விளங்கிய பாரதி, அந்த இயக்கம் தனது வளர்ச்சித் தத்துவமாக ஏற்றுக் கொண்ட தேசிய உணர்வை மக்கள் மத்தியில் பரப்பு வதற்கும், அந்நிய ஏகாதிபத்தியத்தின் எதிர்ப்பிரச்சாரங் களை முறியடிப்பதற்கும் அவ்வியக்கம் மேற்கொண்ட வழி முறைகளை ஏற்றுக்கொண்டு தன் இலக்கியப் படையல்களை உருவாக்கினார் என்பது தெளிவு. எனினும் அவரை ஒரு வெறும் தேசியக் கவிஞன் என்றுச் சிமிழுக்குள் அடைக்க முயல்வதும், அவரது பலவீனமான அம்சங்களை மட்டுமே எடுத்துக் கொண்டு சிலாகிப்பது அல்லது சீறி உமிழ்வதும் தவறாகும். அன்றைய தேசிய இயக்கம் மற்றும் அதன் தலைவர்களின் பொதுவான செயல் திட்டங்களையும் அரசியல் நடவடிக்கைகளையும் அவர் ஏற்றுக்கொண்டா ரெனினும் அதற்காக அவர்களது அத்தனை பிற்போக்குக் கொள்கைகளையும், கோட்பாடுகளையும் பாரதி அப்படியே கண்மூடி ஏற்றுக் கொள்ளவில்லை. பல தருணங்களில் அவருக்கே உரித்தான முற்போக்கான கண்ணோட்டங்களுடன் தேவைப்பட்டபோதெல்லாம் அவர்களுடன் எப்படியெல்லாம் முரணினான் என்பதைப் பின்னர் விவாதிப்போம்.

அன்றைய தேசிய இயக்கம் மேற்கொண்ட, நாம் மேலே குறிப்பிட்ட பண்பாட்டு மீட்பு நடவடிக்கைகளின் விளைவாக எத்தகைய ஆபத்தான, வகுப்புவாத, பிற்போக்குத்தனமான கண்ணோட்டங்கள்

பின்னாளில் உருவாக நேர்ந்தது என்பதையும் நாம் இந்தத் தருணத்தில் சொல்லித்தான் ஆக வேண்டும்.

சிவாஜி, குருகோவிந்தர் போன்ற முஸ்லிம் ஆட்சியை எதிர்த்த தேசிய வீரர்களின் புகழ் பாடியமையும் இந்து மதப் பெருமைகளையும்', வேத சாஸ்திரங்களையும் அள விற்கு. மீறிப் புகழ்ந்ததும் பின்னாளில் இந்து-முஸ்லிம் பிளவிற்கு வித்திட்டது. சேதமில்லாத இந்துஸ்தானம் துண்டாடப்பட்டது. மிகப் பிற்போக்கான சநாதன இந்து மதத்துடன் தேசிய இயக்கம் கொண்டிருந்த கூட்டின் விளைவாகவே, பாரதி போன்ற மகத்தான முற் போக்குச் சிந்தனையாளர்களுங்கூட மகா பிற்போக்குத் தனமாய் 'கோஹத்தி' (பசுவதை) செய்யக் கூடாதெனக் கட்டுரை எழுத நேரிட்டது. 28 ஒவ்வொரு அம்சத்திலும் இந்திய கலாச்சாரம் மேற்கத்திய கலாச்சாரத்தைக்காட்டிலும் உயர்ந்தது என நிறுவுகிற அதி உற்சாகத்தில் இந்திய நாட்டின் மகா அநீதிகளாகிய சாதி முறைகளுக்கும், இவர்கள் கூட பின்னாளில் அமைப்பிற்குங் வருண வக்காலத்து வாங்க நேரிட்ட கொடுமையும் நிகழ்ந்தது.

இவையனைத்தும் மக்கள் மத்தியில் பின்னோக்கிய சிந்தனைக் கண்ணோட்டத்தை வளர்த்தன; முன்னேற்றத்தில் நம்பிக்கையின்மையை ஏற்படுத்தின. வரலாறு நம் நாட்டில் ஏற்படுத்திவிட்டக் கொடிய பலவீனங்களை எதிர்த்துத் தகர்த்து நொறுக்கிப் புதிய சமுதாயத்தை ஏற்படுத்திவிட முடியும் என்கிற நம்பிக்கையை மக்கள் மத்தியில் விதைப்பதற்குப் பதிலாக, அதனை அமைதியாக ஏற்றுக் கொள்கிற ஒரு மனப்பாங்கைத் தோற்றுவித்தன.

> அகண்ட பாரதம், பிரிவு செயல்படாத அகண்ட பாரதம் தன்னைத் தானே ஆள்வதென்றால் என்ன அர்த்தம்? ஒரு தனி ராஜா ஆள்வாரென்று அர்த்தமில்லை. பிரஜா பரிபாலனம் அல்லது ஸர்வ ஜன ராஜ்யம் என்று அர்த்தம். (28)

என பாரதி போன்றவர்கள் அன்றைய நோக்கில் ஜனநாயகக் கண்ணோட்டத்துடன் எழுதியவற்றை வைத்துக் கொண்டு இன்றைய பாசிஸத் தன்மை வாய்ந்த ஆர்.எஸ்.எஸ்.காரர்கள் 'அகண்ட பாரதம்' பற்றிப் பேசுவதற்கும் அடிப்படையாயிற்று. பேராசிரியர் பிபன் சந்திரா கூறுவார்;

> *19, 20ம் நூற்றாண்டில் தேசியத் தலைவர்களின் மகத்தான சாதனைகளை நாம் ஏற்றுக்கொள்கிற அதே நேரத்தில், மதத்திற்கும் அரசியலுக்கும் இடையேயான தொடர்பு, சாதி முறையின் பங்கு வரலாற்றின் பிரச்சினைகள் அல்லது வரலாற்றுப் போக்கில் இந்திய சமுதாயத்தின் உருவாக்கம், சிறுபான்மை இனத்தவரின் பிரச்சினைகள் ஆகியவை பற்றிய அவர்களின் கண்ணோட்டங்கள் தவறானவை என்பதனையும் நாம் குறிப்பிட்டே ஆகவேண்டும்...*
>
> *மறுபடியும் கூறுகிறேன். ஆரம்ப காலத் தேசிய தலைவர்கள் தேசிய வீரர்கள் பற்றிய மாயையைப் படைத்தற்கெல்லாம் ஓரளவு நியாயமுண்டு. கரை காணாக் கடலில் அப்போதுதான் பயணத்தைத் துவக்கியவர்கள் அவர்கள். தங்களின் செயல்களில் முழு விளைவுகளும் அப்போது அவர்களின் கண்களுக்குத் தெரியவில்லை. அத்தகைய பிழைகளைத் திருத்துவதென்பது பின்னாளைய தேசியத் தலைவர்களின் தலையாயப் பணியாக இருந்திருக்க வேண்டும். (30)*

1921க்குப் பின்னால் தோன்றிய தேசியத் தலைவர்கள் அந்தப் பிழைகளைத் திருத்துவதைத் தங்களின் தலையாயப் பணியாகக் கொள்ளாமற்போனதே, இன்று நாம் மேற்குறிப்பிட்ட கொடுமைகள் தொடர்வதற்குக் காரணம் என்பதைச் சொல்லவும் வேண்டியதில்லை.

ஆனால் பாரதி அந்தத் தவறுகளைத் திருத்திக்கொள்ள நேர்ந்த தருணத்தில் மறைந்து போனது நமது துரதிர்ஷ்டமே. ஆனாலும் அத்தகைய கூறுகள் அவரிடம் முகிழ்க்கத் துவங்கி இருந்தன. அவர் தனது இறுதி நாட்களில் அரவிந்தர் போன்ற சாமியார்களின் தொடர்புகளை விட்டு விட்டார் (31) என்பதும், தனது இறுதிப் பாடலாக அவர் மேடையில் முழக்கியது முப்பதுகோடி ஜனங்களின் சங்கம் முழுமைக்கும் பொதுவுடமை வேண்டும் என்பது பாரத ஸமுதாயத்தை வாழ்த்திய பாடல்தானென்பதும் (32) மனங்கொள்ளத்தக்கது.

அடிக்குறிப்புகள்

1. V. I. LENIN - ON LITERATURE - P.P. 29-30.
2. பிபன் சந்திரா, அமலேஷ் திரிபாதி, பாருன்டே- சுதந்திரப் போராட்டம் - பக்.74.
3. ரஜனி பாமிதத்- இன்றைய இந்தியா - பக். 386.
4. IBID - P. 401.
5. IBID - P. 401.
6. V. I. PAVLOV-HISTORICAL PREMISES FOR INDIA'S TRANSITION TO CAPITALISM - P. 355.
7. B. PATTABI SITARAMAYYA-THE HISTORY OF THE CONGRESS - P. 89.
8. பாரதியார் கவிதைகள் - வானவில்- பக். 131.
9. வ.சுப்பையா - தாமரை, டிச.81 - பக்.118.
10. ரா.அ.பத்மநாபன்- சித்திர பாரதி - பக். 80.
11. இளசை மணியன் - பாரதி தரிசனம் 2 - பக். 62-63.
12. ரா. அ . ப . -பாரதி புதையல் 2 - பக்.70
13. IBID - P. 84.
14. IBID - P73.
15. ரா.அ.ப.-பாரதி புதையல் 1 - பக். 34.
16. ரஜனி பாமிதத் - இன்றைய இந்தியா - பக். 356-357
17. ரஜனி பாமிதத் - இன்றைய இந்தியா -பக். 356-357
18. இளசை மணியன் - பாரதி தரிசனம் 2 - பக். 63.
19. IBID - P. 65.
20. IBID - P. 74.
21. DILIP BOSE-BHAGAVAD GITA AND OUR NATIONAL MOVEMENT.
22. ரா.அ.ப.பாரதி புதையல் 2 - பக்.97 - 100.
23. IBID P. 180-183.
24. ப.கோதண்டராமன் - புதுவையில் பாரதி-ப.180
25. ரா.அ.ப.-பாரதி புதையல் 2 - பக். 73
26. ROMILA THAPAR, HARBANS MUKHIA, BIPAN CHANDRA-COMMUNALISM AND THE WRITING OF INDIAN HISTORY - P. 56.

27. கு.ப.ரா, சிட்டி -கண்ணன் என் கவி - பக். 6.
28. இளசை மணியன் - பாரதி தரிசனம் 2 - பக். 228-229.
29. IBID - P. 80.
30. ROMILLA THAPAR AND CO -AUTHORS COMMUNALISM AND THE WRITING OF INDIAN HISTORY P. 55-58.
31. வ.ரா. - மகாகவி பாரதியார் - பக். 167.
32. பெ.சு.மணி - தாமரை, டிச.81 - பக். 217

பாரதியும் சமூகமும்

"புத்தி சொல்லி முதலாளி வர்க்கத்தைத் திருத்திவிடலாமென்று பாரதி நம்பியது சரியான தத்துவ வழிகாட்டுதலுடன் முதலாளித்துவ வர்க்கக் குணங்களைப்பற்றி ஆராயாததின் கோளாறேயாகும்"

"காலத்திற்கேற்ற வகைகள் - அவ்வக்
காலத்திற்கேற்ற ஒழுக்கமும் நூலும்
ஞாலமுழுமைக்கும் ஒன்றாய் - எந்த
நாளும் நிலைத்திடும் நூல்ஒன்றும் இல்லை."

என்பது பாரதி வாக்கு. பாரதி, தன் காலத்திய சமூகப் பிரச்சினைகள், தன்னைச் சுற்றி நிகழும் சமுதாய மாற்றங்கள் ஆகியவற்றைக் கூர்ந்து கவனித்திருக்கிறார். அவற்றைப் பற்றிய அவருக்கே உரித்தான கண்ணோட்டங்களை ஏராளமாக விட்டுவிட்டுச் சென்றிருக்கின்றார். தொடர்ந்து ஏதேனும் ஒரு பத்திரிகையுடன் அவருக்கிருந்த தொடர்பு இதற்கு ஒரு பெரும் வாய்ப்பாக அமைந்திருந்தது. அவரே, அவருக்கே உரித்தான தெளிவோடும் அழகோடும் கூறியிருப்பது போன்று எல்லாக் காலங்களுக்கும், எல்லா இடத்திற்கும் பொருந்தி அவரது கருத்துகள் இருக்கும் என நாம் எதிர்பார்க்க முடியாது. அப்படி எதிர்பார்ப்பதும் இயக்கவியலுக்கு முரணான ஒன்றாகும். அப்படி முரண்பட்ட கண்ணோட்டத்தோடு பாரதியை

அணுகுகிற அவசரக்காரர்கள் பட்டியலில் பாரதியைத் தூக்கி வைத்துக்கொண்டு ஆரவாரமிடுபவர்களையும், பார்ப்பன பாரதி முற்போக்கு விரோதி என்று ஒப்பாரி வைப்பவர்களையும் நாம் ஒன்றாகவே வைத்துப் பார்ப்பது நியாயம்.

எந்த நாளும் நிலைத்திடும் காலத்துக்கேற்ற நூல் இந்த ஞால முழுமைக்கும் ஒன்றாய் என்றும் இருந்ததில்லை என்பதனாலும், இன்றைக்குப் பொருந்தாத சில கருத்துகள் இருக்கிறதென்பதற்காகப் பழைய இலக்கியங்களைத் தூக்கி எறிந்துவிட வேண்டும் என்பது பொருளல்ல. தாங்கள் தொட்ட எந்தத் துறையைப் பற்றியும் எள்ளளவும் முரணில்லாத கருத்துகளை வாரி வழங்கிவிட்டுப் போயிருக்கிறார்களே இயக்கவியல் பொருள்முதல்வாதத்தின் மூலப் பேராசான்கள் - அவர்களும் நமக்கு அப்படிச் சொன்னதில்லை.

> *சமுதாய வளர்ச்சியும் அதன் கட்டமைப்பும் இலக்கியப் படைப்புகளின் உள்ளுறையை நிர்ணயிக்கின்றன எனவும் அதன் விளைவாகவே ஒரு குறிப்பிட்ட காலகட்டத்தில் ஒரு குறிப்பிட்ட இலக்கியக் கொள்கை மறுபடியும் நிலவுவதில்லை எனவும் கூற வந்த பேராசான் மார்க்ஸ், கிரேக்கத்தின் பழம்பெரும் இதிகாசங்களைப்பற்றிக் கூறுவார்.*
>
> *கிரேக்கக் கலையும், இதிகாச காவியமும் குறிப்பிட்ட சில சமுதாய வளர்ச்சி வடிவங்களுடன் எவ்வாறு பொதிந்துள்ளன என்பதைப் புரிந்துகொள்வதல்ல நம் முன்னே உள்ள பிரச்சினை. இன்றும் அவை அழகியல் சுகத்தை நமக்கு நல்குவதும், சில அம்சங்களில் அவை ஒரு மாதிரி இலக்கியங்களாகவும், எட்டமுடியாத இலட்சியமாகவும் திகழ்வதுதான் பிரச்சினையே.*
>
> *வளர்ந்துவிட்ட ஒரு வாலிபன் மறுபடியும் குழந்தையாக மாறமுடியாது. அப்படி ஆவதென்பது சிறுபிள்ளைத்தனமாகவே கருதப்படும். ஆனால் ஒரு குழந்தைக்கே உரித்தான குழந்தைத்தனங்கள் அவனுக்கு மகிழ்ச்சியளிக்காமல் போய்விடுமா என்ன? அல்லது அவனே அந்த எதார்த்தமான குழந்தைத்தனத்தை அவனது வளர்ச்சிக்கேற்ற முறையில் படைத்துக் காட்ட முயற்சிக்கக் கூடாதா? ஒவ்வொரு யுகத்திலும் அந்தக் காலகட்டத்திற்கே உரித்தான எதார்த்தத்துடன் பிரதிபலிக்கவில்லையா?....*

> ...கிரேக்கக் கலையில் நாம் காணும் கவர்ச்சி, அது தோன்றிய சமுதாயத்தின் பண்படாத நிலையுடன் முரண்படவில்லை. மாறாக அந்தக் கவர்ச்சியே, இத்தகைய நிலையின் விளைவுதான். மேலும் அந்தக் கவர்ச்சியானது, இத்தகைய கலைப்படைப்பைத் தந்த இந்தப் பண்படாத சமூக நிலைகள் (இத்தகைய சமூக நிலை மட்டுமே இத்தகைய படைப்பைத் தர முடியும்) மீண்டும் உருவாகாது என்கிற உண்மையுடன் பிரிக்க இயலாமல் பிணைந்திருக்கின்றன. *(1)*

மேற்கண்ட மார்க்சின் அழகியல் கோட்பாட்டை விளக்க வருகையில் மார்க்சீய இலக்கிய அறிஞர் கிரிலோவ் கூறுவார்:

> இந்த எடுத்துக்காட்டு ஒரு முக்கியமான மார்க்சிய அழகியல் கொள்கையைச் சொல்கிறது. கலைப்படைப்புகள் என்பவை அடிப்படையில் ஒரு குறிப்பிட்ட சமூக நிலைகள் மற்றும் சமூக உறவுகள் ஆகியவற்றின் பிரதிபலிப்புகளே என்கிறவாறு அணுகும்போது, இத்தகைய படைப்புகளை அழியாத சிறப்புக்குள்ளாக்கும் அம்சங்களைப் பார்க்க வேண்டியது அவசியம். *(2)*

பேராசான் மார்க்சின் வழியில் நாம் பாரதியை மட்டுமின்றி இராமாயணத்தையும், மகாபாரதத்தையும் அணுகுவதைப் பார்த்து அங்கலாய்ப்பவர்களின் பார்வையில்தான் அடிப்படைக் கோளாறே அடங்கி இருக்கிறது என்பது தெரிகிறதல்லவா? பாரதியைப் பொறுத்தமட்டில் நாம் இன்று விதந்து போற்றுவது அவரது இலக்கியத்தில் காணுகிற கவர்ச்சிகளுக்காக மட்டுமல்ல, காலத்தை விஞ்சி நிற்கும் அவரது முற்போக்கான, உள்ளடக்கங்களுக்காகவுந்தான். அன்றாட அரசியல் பிரச்சினைகள் முதல் அயல்நாட்டுப் புரட்சிகள் வரை பாரதி, அவரது வாசகர்களுக்குத் தனது கண்ணோட்டங்களைத் தந்துவிட்டுப் போயிருந்தாலும் தொழிலாளர்கள், பொதுவுடமை, பெண் விடுதலை, மொழி, பண்பாடு போன்றவை பற்றிய பிரச்சினைகளில் பாரதியின் நோக்குகளை மட்டுமே நாம் இந்த ஆய்விற்கு எடுத்துக்கொண்டு பரிசீலிப்போம்.

தொழிலாளரும் பொதுவுடைமையும்

இந்தியாவில் தொழிலாளி வர்க்க இயக்கத்தின் வளர்ச்சியை எழுதப் புகுகிற அறிஞர் ரஜனி பாமி தத் 1921-ம் ஆண்டில் தொடங்குவார். (3) அதாவது பாரதி மறைந்த ஆண்டு 1853-ல் மஞ்சாலையின் தோற்றத்துடனேயே தொழிலாளி வர்க்கத்தின் உதயத்தை நாம் தரிசிக்கிறோமெனினும், தொழிலாளி வர்க்கம் இயக்க ரீதியாக இனைந்து பெரும் வேலை நிறுத்தக் கிளர்ச்சியைத் துவக்கியது 1918-ல்தான். இதுவே பின்னாளில் காங்கிரசை ஒத்துழையாமை இயக்கத்தை நோக்கி அடியெடுத்து வைக்க வைத்த முன்னோடியாகும். இதற்கு முந்தின காலத்தில் - அதாவது பாரதி தீவிரமாக தேசிய இயக்கத்தில் பங்குகொண்டு இலக்கியம் படைத்த காலத்தில் தொழிலாளி வர்க்கம் வளர்ச்சியில் பின்தங்கி இருந்து வந்தது. இதற்குமுன் இந்தியத் தொழிலாளி வர்க்கம் குறிப்பிட்டுச் சொல்லத்தக்க அளவில் மேற்கொண்ட ஒரே அரசியல் நடவடிக்கை, திலகருக்கு விதிக்கப்பட்ட ஆறாண்டு சிறைத் தண்டனையைக் கண்டித்து 1908-ல் பம்பாயில் நடத்திக் காட்டிய பொது வேலைநிறுத்தந்தான். "வர்க்க உணர்வுடன் மாபெரும் அரசியல் போராட்டம் நடத்துகிற அளவிற்கு இந்தியப் பாட்டாளிகள் போதுமான முதிர்ச்சி பெற்றுவிட்டார்கள்" என்று வாழ்த்துக்கூறி இந்தியத் தொழிலாளி வர்க்கத்தை வரவேற்றார் மாமேதை லெனின்.

இவ்வாறு எதிர்காலத்தில் முக்கியப் பங்கு வகிக்கப் போகிற புரட்சிகர சக்திகளின் தோற்றத்தை உய்த்துணர மார்க்சிய அறிவினால் மட்டுமே முடியும். மார்க்சிய அறிவில்லாத மேலைநாட்டு அறிஞர்களாகிய மாக் டொனால்டு, ஹார்டி போன்றவர்கள் 1909 - 10-ல் இந்தியாவைப்பற்றி எழுதிய ஆய்வுப் புத்தகங்களில் வளர்ந்துவரும் இந்தியத் தொழிலாளி வர்க்கத்தின் பங்கு பற்றிக் குறிப்பிடாமற்போனதில் வியப்பில்லை.(4)

மார்க்சிய ஞானம் ஏதுமற்ற பாரதி, அரும்பிவரும் இந்தியத் தொழிலாளி வர்க்கத்தின் வரலாற்று முக்கியத்துவத்தைச் சரியாகப் புரிந்துகொள்ளவில்லையாயினும், அவருக்கே உரித்தான முன்னோக்குப் பார்வையுடன் அதன் தோற்றத்தைத் தரிசித்தார்.

> இரும்பைக் காய்ச்சி உருக்கி, எந்திரங்கள் வகுத்து,
> அரும்பும் வியர்வை உதிர்த்துப் புவிமேல்
> ஆயிரம் தொழில் செய்திடுவீரே!
> பெரும்புகழ் நுமக்கே இசைக்கின்றேன்
> பிரம தேவன் கலையிங்கு நீரே!

எனத் தொழிலாளி வர்க்கத்தை 'இந்த உலகத்தின் சிருஷ்டி கர்த்தாக்களே நீங்கள்தான்' எனக் கட்டியங்கூறி வரவேற்று வாழ்த்துப் பாடுகிறார்.

1907லேயே தொழிலாளர்கள் சங்கம் வைத்து, இணைந்து ஒற்றுமை காக்க வேண்டியதன் அவசியத்தை வலியுறுத்திக் கட்டுரை எழுதுகிறார்:

> அதிலும் முக்கியமாக தொழிலாளிகள் இவ் "வொற்றுமை காரியத்தின்" வழிகளைத் தெரிந்துகொள்ள வேண்டும். கைத் தொழிலுக்கு ஒற்றுமையைப்போல வேறுபலம் கிடையாது. ஐரோப்பிய தொழிலாளிகள் ஒற்றுமையின் பலத்தால் மஹா ஆச்சரியமான வேலைகள் செய்திருக்கிறார்கள்.

பிறிதோரிடத்தில் கூறுவார்:

> இப்போது நமது நாட்டில் அங்கங்கே பல தொழிற்சங்கங்கள் ஸ்தாபனம் செய்யப்பட்டு வருகின்றன. இச்சங்கத்தார் சம்பள ஏற்றத்திற்கும் வேலைநேரத்தைக் குறைப்பதற்கும் வேண்டிய யத்தனங்கள் பல செய்துகொண்ட வருகிறார்கள்.

இந்தப் பிரயத்தனங்களெல்லாம் முற்றிலும் நியாயமே. இதில் ஐயமில்லை."

இப்படித் தொழிற்சங்கங்கள் புரியும் யத்தனங்களின் நியாயத்தை வலியுறுத்தியதோடல்லாமல் சென்னை நகரத்தில் அப்போது துவக்குவதற்கு முயற்சி செய்யப்பட்ட தையற் தொழிலாளர் சங்கத்தின் உதயத்தை மிகவும் 'சந்தோஷத்தோடு' தனது பத்திரிகையில் வெளியிட்டு விபரங்களையும் எழுதினார்.

அதுமட்டுமா? உழவுக்கும் தொழிலுக்கும் வந்தனை செய்து, வீணில் உண்டுகளித்திருப்போரை நிந்தனை செய்த பாரதி,

> தொழிலாளிகளுக்கும் விவசாயிகளுக்குமே பூமி சொந்தமானது; மனித சமூகத்தில் இவர்களே தேனீக்கள், மற்ற நம் போன்றோரெல்லாம் பிறர் சேகரித்து வைத்த தேனை உண்டு திரியும் வண்டுகள். (7)

என்று மார்தட்டிப் பிரகடனம் செய்கிறார்.

தனக்குத் தெரிந்து இந்தியாவில் நடைபெற்ற வேலை நிறுத்தங்களையெல்லாம் பாரதி ஆதரித்ததும் குறிப்பிடத்தக்கது. பம்பாயில் 1906-ல் நடைபெற்ற தபால் தொழிலாளர் வேலைநிறுத்தத்தைப் பற்றி,

> முதலாளிகள் தொழிலாளிகளின் லாபத்தையும் சுகத்தையும் சிறிதேனும் பொருட்டாக்காமல் கழுகுகள் போல நமது லாபத்தையே கருதி வேலையாட்களை வற்றடிக்கும் முறைமை இந்தியாவிலே அதிகரித்துவிட்டது. இப்போது பம்பாயிலே தபால் சேவகர்கள் தொழில் நிறுத்தி இருக்கிறார்கள். இவர்களுக்கு நாள்தோறும் பொறுப்புகளும், கடமைகளும் அதிகரித்து வருகின்றன. சந்தையில் விலைவாசி அதிகரிக்கப்பட்டு வருகிறது. ஆனால் இதற்கெல்லாம் தக்கபடி சம்பளத் திட்டம் அதிகரித்துக் கொடுக்கப்படவில்லை. எனவே, வியாழக்கிழமை பகல் 1 மணிக்கு 600 தபால் சேவகர்களுக்கு மேலாக ஒன்றுசேர்ந்து டைரக்டர் ஜெனரல் முன்பு சென்று தமது குறைகளைத் தீர்க்க வேண்டுமென்று கேட்டுக் கொண்டார்கள். அவர் சிற்சில அனுகூலங்கள் செய்துகொடுக்க இணங்கினார். இந்த நிபந்தனைகளை ஒத்துக்கொள்ள முடியாதென்றும்,

தமது துயரங்களனைத்தையும் நிவர்த்தி செய்தாலொழிய வேலைக்கு வரமுடியாதென்றும் தொழிலாளிகள் கூறினர்.(8)

என்று ஓர் அழகான விளக்கமெழுதித் தன் ஆதரவை நல்குகிறார். கிழக்கிந்திய ரயில்வே கம்பெனியில் நடைபெற்ற வேலைநிறுத்தத்தையும் அதேபோல ஆதரித்து எழுதிய பாரதி, அந்த வேலை நிறுத்தத்தை முறியடிக்கப் புதிய தொழிலாளிகளைச் சேர்க்க நிர்வாகம் செய்கிற இழிமுயற்சிகளைப் பற்றிக் கூறி இருத்தல் வியக்கத்தக்கது.

மற்ற கம்பெனியார் ஈஸ்ட் இந்தியா கம்பெனிக்கு ஆட்சேர்த்து அனுப்புவதிலிருந்து மேற்படி கம்பெனியாட்களுக்கு கடைசிவரை உத்தியோகம் கிடைப்பதற்கு வழியில்லாமல் போய்விடும். இந்த மாதிரி விஷயங்களில் மற்ற கம்பெனி வேலையாட்கள் அற்ப ஆசைப்பட்டுப் போவது அத்தனை யுக்தமாக மாட்டாது. இதே மாதிரி விபத்து வேறொரு கம்பெனி வேலையாட்களுக்கும் ஏற்படலாம். ஆதலால் மற்ற கம்பெனி வேலையாட்கள் எல்லா விஷயங்களையும் நன்றாக ஆராய்ச்சி புரிந்து காரியத்தில் தலையிடுவார்களென்று நம்புகிறோம். (9)

தொடர்ந்து அந்த வேலை நிறுத்தத்திற்கு ஆதரவளித்துப் பாராட்டி மற்றொரு கட்டுரையையும் எழுத பாரதி தயங்கவில்லை.

தொழிலாளருக்குச் சில வார்த்தைகள் என்ற கட்டுரையில் தொழிலாளி வர்க்கத்தைப்பற்றி வியக்கத்தக்க பல கருத்துகளை பாரதி அப்போதே கூறியிருப்பது நம்மை அயரவைக்கிறது. சரீரத்தால் 'உழைத்து வேலை செய்கிறவர்கள் மட்டுமே தொழிலாளிகள் எனச் சிலர் சொல்வது தவறு; சரீரத்தாலாகட்டும், புத்தியாலாகட்டும் முதலாளிக்குட்பட்டு வேலை செய்கிறவர்கள் எல்லோருமே தொழிலாளிகள்தான்' என்கிறார் அக்கட்டுரையில் பாரதி. தொழிற்புரட்சியைத் தொடர்ந்து நீராவி, மற்றும் மின் இயந்திரங்களின் தோற்றத்தோடு ஐரோப்பாவில் தொழிலாளி வர்க்கம் உதயமாகியதையும், தொழில் வளர்ச்சியாலும், காலனி ஆட்சிமூலம் சந்தையை விஸ்தரித்ததாலும் உலகத்துச் செல்வமெல்லாம் ஐரோப்பாவிற்குச் செல்ல இடமுண்டாயிற்று என்பதனையும் பாரதி சுட்டிக் காட்டுகிறார். தொழிலாளி வர்க்கத்திற்கும், முதலாளி வர்க்கத்திற்கும் முரண்பாடுகள்

தோன்றி, முற்றி முடிவில் போராட்டமாக வெடிப்பதையெல்லாம் சுட்டிக்காட்டிய பாரதி இறுதியில்,

> இத்தகைய போராட்டங்களில் இன்றுவரை தொழிலாளிகளே வெற்றியடைந்துகொண்டு வருகிறார்கள்.*(10)*

என்று எழுதும்போது எத்தனை நுண்ணோக்குடன் பாரதி தொழிலாளி வர்க்கப் போராட்டங்களை ஆய்ந்து வந்திருக்கிறார் என்பது கண்டு வியக்கிறோம். இன்னும் சில காலம் பாரதி நம்முடன் வாழக் கொடுத்து வைக்கவில்லையே என்ற ஏக்கம் இதயத்தில் ஒரு மூலையை நெருடுகிறது.

எத்தகைய ஆய்வுக்கும் அந்த ஆய்வின் அடிப்படையான தத்துவ அறிவு அவசியமல்லவா? கொள்கையில் *(THEORY)* தக்க தேர்ச்சி இல்லாமலிருந்தாலோ அல்லது தவறான கொள்கையைக் கொண்டிருந்தாலோ ஆய்வு முடிவுகள் *(CONCLUSIONS)*தவறாகப் போவது இயல்புதானே? பாரதிக்கும் அதுதான் நிகழ்ந்தது. தொழிலாளி வர்க்கம் மற்றும் பொதுவுடைமைப் புரட்சி போன்றவற்றின் தத்துவமாகிய மார்க்சிய - லெனினியத் தத்துவங்களைக் கற்றிராத பாரதி தொழிலாளி வர்க்கம் பற்றிய ஆய்வில் தவறான சில முடிவுகள் அடைந்ததில் வியப்பில்லை. ராஜாங்க அதிகாரத்தைத் தமது வசமாகச் செய்து கொண்டாலன்றி தங்களுக்கு முதலாளிகளிடமிருந்து நியாயம் கிடைக்க இடமில்லை என்கிற தொழிலாளி வர்க்கத்தின் கண்ணோட்டத்தைப் பற்றி வாசகர்களுக்கு அறிமுகப்படுத்துகிற அளவிற்குச் சென்ற பாரதி,

> “எனவே இந்தியாவில் முதல் முதலாகத் தொழிலாளர் கிளர்ச்சி தோன்றியிருக்கும் இந்தச் சமயத்திலே, நம்முடைய ஜனத் தலைவர்கள், முதலாளிகள் தொழிலாளிகள் என்று இரு திறத்தாரையும் ஆதரவுடன் கலந்து புத்தி சொல்லி மனஸ்தாபங்களை ஏறவொட்டாதபடி முளையிலேயே கிள்ளிவிட முயற்சி செய்ய வேண்டும். தொழிலாளரை முதலாளிகள் இகழ்ச்சியுடன் கருதி நடத்துவதை உடனே நிறுத்துவதற்குரிய உபாயங்கள் செய்ய வேண்டும்.”*(11)*

என்று கூறுகிறபோது நாம் பாரதிக்காகப் பரிதாபப்படுவதைத் தவிர வேறென்ன செய்ய முடியும்? புத்தி சொல்லி முதலாளி வர்க்கத்தைத் திருத்திவிடலாமென்று பாரதி நம்பியது முதலாளி

வர்க்கக் குணங்களைப்பற்றி சரியான தத்துவ வழிகாட்டலுடன் ஆராயாததின் கோளாறேயாகும். இந்தக் கோளாறின் தொடர்ச்சியே ருஷ்யப் புரட்சிபற்றி பாரதி கொண்ட சில தவறான முடிவுகளுக்கும், இந்தியாவில் வர்க்க வேறுபாடுகளை நீக்க கிட்டத்தட்ட ஒரு தர்மகர்த்தா முறையைப் பரிந்துரை செய்ய நேர்ந்ததற்கும் வித்தாகிறது.

மனிதகுல விடியலுக்கென தொழிலாளி வர்க்கத்தின் தலைமையில் நடைபெற்ற முதல் புரட்சியாகிய ருஷ்யப் புரட்சியை இந்தியாவிலுள்ள இலக்கியவாதிகளிலேயே முதன்முதலாக இனங்கண்டு 'ஆகாவென்று எழுந்ததுபார் யுகப் புரட்சி' எனக் குழந்தைபோலக் குதித்து மகிழ்ந்து, உதித்திருக்கும் புதிய ஆட்சியில் குடிமக்கள் சொன்னபடி குடிவாழ்வு மேன்மையுற்று அடிமைத் தளையற்ற கிருத யுகம் எழுந்துவிட்டது எனத் தமிழ் மக்களுக்குப் புதிய ஆட்சியை அறிமுகம் செய்துவைத்த அதே பாரதிதான் ஸ்ரீமான் லெனின் காட்டுகிற வழி நம் நாட்டுக்கு ஏற்றதல்ல என்ற கருத்துப்படவும் சொல்லுகிறார்:

பொறாமையும் தன் வயிறு நிரம்பிப் பிற வயிற்றைக் கவனியா திருத்தலும், திருட்டும், கொள்ளையும் அதிகாரமுடையவர்களும் பணக்காரர்களும் அதிகமாகச் செய்கிறார்கள். ஏழைகள் செய்யும் அநியாயம் குறைவு, செல்வர் செய்யும் அநியாயம் அதிகம். இதைக் கருதியே ப்ரூதோம் என்ற பிரெஞ்சு தேசத்து வித்துவான் 'உடைமையாவது களவு' என்றார். (12)

என்று துவங்கி 'உலகத்துச் செல்வர் சகல ஜனங்களுக்கும் பொதுவாகிய பூமியைத் தங்களுக்குள்ளே பங்கிட்டெடுத்துக்கொண்டு பெரும் பகுதியார் சோறின்றி வாடும்படி விட்டுவிடும்' கொடுமைகளை எல்லாம் படிப்படியாகச் சொல்லி,

> உலகத்தில் செல்வத்தின் சம்பந்தமான ஏற்றத் தாழ்ச்சிகள் மற்ற எல்லாக் காரணங்களில் ஏற்படும் ஏற்றத் தாழ்வுகளைக் காட்டிலும் மிகக் கொடியவையாக மூண்டிருக்கின்றன.(13)

என்று பொருளாதார ஏற்றத்தாழ்வுகளின் கொடுமைகளை அடித்துச் சொல்லி,

> ஒரு தேசத்தில் பிறந்த மக்களனைவருக்கும் அந்த தேசத்தின் இயற்கைச் செல்வம் முழுதையும் பொதுவுடைமையாக்கிவிட

> வேண்டுமென்ற கொள்கைக்கு இங்கிலீஷில் "சோஷலிஸ்டு" கொள்கை என்று பெயர். அதாவது "கூட்டுறவுக் கொள்கை". இந்தக் "கூட்டுறவு வாழ்வு"க் கொள்கை (சோஷலிஸ்ட்), ஐரோப்பாவில் தோன்றியபோது ஜனங்கள் மிக ஆத்திரத்துடனும், ஆக்ரஹத்துடனும் எதிர்த்து வந்தார்கள். நாளடைவில் இக் கொள்கையின் நல்லியல்பு அந்தக் கண்டத்தாருக்கு மென்மேலும் தெறிவுபட்டு வரலாயிற்று. எனவே இதன்மீது ஜனங்கள் கொண்டிருக்கும் விரோதம் குறைவுபட்டுக் கொண்டு வரவே, இக்கொள்கை மென்மேலும் பலமடைந்து வருகிறது. ஏற்கெனவே ருஷ்யாவில் ஸ்ரீமான் லெனின், ஸ்ரீமான் மின்த் ரோஸ்கி முதலியவர்களின் அதிகாரத்தின் கீழ் ஏற்பட்டிருக்கும் குடியரசில் தேசத்து விளைநிலமும் பிற செல்வங்களும் தேசத்தில் பிறந்த அத்தனை ஜனங்களுக்கும் பொதுவுடமை ஆகிவிட்டது. *(14)*

என்று இதயத்தில் 'ஸமத்துவக்' கொள்கைக்குச் சார்பாக கனிந்த கனிவை வார்த்தைகளாக்கி வாசகர்களுக்கு அறிமுகம் செய்த பாரதி,

> எல்லா மனிதரும் உடன் பிறந்த சகோதரரைப் போல் ஆவார்கள் என்றும், ஆதலால் எல்லாரையும் ஸமமாகவும் அன்புடனும் நடத்த வேண்டும் என்றும் கருதுகிற தர்மிஷ்டர்கள் தம்முடைய கருணாதர்மத்தை நிலைநிறுத்த கொலை முதலிய மஹாபாதகங்கள் செய்வது நமக்குச் சிறிதேனம் அர்த்தமாகக் கூடாத விஷயம். கொலையாலும் கொள்ளையாலும், அன்மையும் ஸமத்துவத்தையும் ஸ்தாபிக்கப்போகிறோம் என்று சொல்வோர் தம்மைத்தாமே உணராத பரமமூடர்கள் என்று நான் கருதுகிறேன். "இதற்கு நாம் என்ன செய்வோம்! கொலையாளிகளை அழிக்கக் கொலையைத்தானே கைக்கொள்ளும்படி நேருகிறது; அநியாயம் செய்வோரை அநியாயத்தால்தான் அடங்கும்படி நேரிடுகிறது" என்று ஸ்ரீமான் லெனின் சொல்கிறார். இது முற்றிலும் தவறான கொள்கை.*(15)*

என்று அழுத்தந்திருத்தமாகக் கூறும்போது மார்க்சையும் எங்கெல்சையும் மட்டுமல்ல லெனினையும்கூட பாரதி எள்ளளவும் படித்திருக்கவே இல்லையோ என்ற ஐயம் நமக்கு வலுக்கிறது.

ருஷ்யாவில் நடக்கும் மாறுதல்களை எல்லாம் பரிவுடனும் ஆவலுடனும் தேடி அறிந்து புகழும் பாரதிக்கு, ருஷ்யாவைப்பற்றிக் கிடைத்த செய்திகளெல்லாம் ஏகாதிபத்தியப் பத்திரிகைகளின் வாயிலாகத்தான் கிடைத்தன. நேரடியாகப் போல்ஷ்விக் கட்சியின் கருத்துக்களையோ, லெனினின் கட்டுரைகளையோ, மார்க்ஸ் - எங்கெல்சின் தத்துவங்களையோ படிக்கும் வாய்ப்பை பாரதி பெற்றிருந்ததாகத் தெரியவில்லை. ப்ரூதோம் என்னும் பிரெஞ்சு தேசத்து வித்துவானின் 'வறுமையின் தத்துவத்தைப் படித்துவிட்டு 'உடைமையாவது களவு' என்று ஏற்றுக்கொண்ட பாரதி, அந்தப் புத்தகத்திற்குப் பதிலாக எழுதப்பட்ட மார்க்ஸ் என்ற ஜெர்மன் தேசத்து வித்துவானின் 'தத்துவத்தின் வறுமையைப்' படிக்க நேராதது வருந்தத்தக்கதே. 'மான்செஸ்டர் கார்டியன்' போன்ற இங்கிலாந்திலிருந்து வெளிவந்த பத்திரிகைகளையெல்லாம் ஊன்றிப் படித்து, ஏகாதிபத்தியத்தின் கட்டுக்கதைகளையெல்லாம் வடிகட்டிவிட்டு உண்மையைத் தேடிக் கண்டுபிடித்து, 'ருஷ்யாவில் பெண்களெல்லாம் பொதுவுடைமை என்கிறார்கள். அது பொய்' என்கிற ரீதியில் பாரதி மறுத்துக் கூறுவதையும் நாம் கவனித்திருக்கிறோம். 'கொலையைத்தான் கைக்கொள்ளும்படி நேருகிறது' என்று லெனின் எங்கும் கூறியதாகத் தெரியவில்லை. ருஷ்யாவில் கொடுமையான பலாத்காரங்கள் நடப்பதைப் போலவும், கொலையும் கொள்ளையும் தாண்டவமாடுவது போலவும் லெனின் அவற்றை ஆதரிப்பது போலவும் திருப்பித் திருப்பிச் சொல்லி வந்த ஏகாதிபத்தியப் பத்திரிகைகளின் விஷமப் பிரச்சாரங்களின் விளைவே பாரதி அப்படிக் கூறி இருப்பதின் காரணம் என்று நமக்குப் புரிகிறது.

நாம் இவ்வாறு கூறும்போது சந்தர்ப்பச் சூழல்களைச் சுட்டிக்காட்டி பாரதியை நியாயப்படுத்துகிறோம் என்று பொருளல்ல. தனது தவறான தத்துவ அறிவின் விளைவாக பாரதி அப்படி நிலைதடுமாறிச் சொன்னவற்றையெல்லாம் நாம் எந்தச் சப்பைக்கட்டும் கட்டாமல் புறக்கணித்துவிடுவதே நியாயம். 'அதர்மம் முற்றும்போது தர்மத்தைக் காக்க அவதாரமெடுப்பேன்' எனக் கூறிய கிருஷ்ணனையும், கீதையையும் ஏற்றுக்கொண்ட பாரதி, எடுக்கிற ஒவ்வொரு அவதாரத்திற்கும் குறைந்தபட்சம் ஒரு கொலையாவது செய்த பரமனை ஏற்றுக்கொண்ட பாரதி, எழுதரியபெருங் கொடுமைகள் புரிந்த இரணியன் போலரசாண்ட

ஜார் மன்னனை வீழ்த்திய புரட்சியின் சில பலாத்காரங்களை ஏற்றுக்கொள்ளாமல், "கொலை, கொலையை வளர்க்குமேயொழிய, அதை நீக்கவல்லதாகாது. கொலையையும் கொள்ளையையும் அன்பினாலும் ஈகையாலுந்தான் மாற்ற முடியும்"(16) என்று அகிம்சை போதிக்கும்போது நாம் வியப்படைகிறோம்; வேதனையுறுகிறோம்.

அதே தவறான தத்தவ வெளிச்சத்துடனேயே, ருஷ்யாவில் புரட்சி ஏற்பட்டதற்கும் இந்தியாவில் அத்தகைய புரட்சி ஏற்படாததற்குமான காரணங்களை பாரதி ஆராய முயலும்போது மேலும் தவறான முடிவுகளை அடைகிறார்.

> இந்தக் கட்சி இந்தியாவில் ஏன் ஏற்பட்டு விருத்தியாகவில்லை என்பது ஆராய்ச்சிக்குரிய விஷயம். முதலாவது காரணம் ஹிந்து ஜன ஸமூக அமைப்பில் ஐரோப்பாவில் இருப்பதைப் போலவே அத்தனை அதிகமான தாரதம்மியம் இல்லை. முதலாளி, தொழிலாளி, செல்வன், ஏழை இவர்களுக்கிடையே ஐரோப்பாவில் உள்ள பிரிவும், விரோதமும் நம் தேசத்தில் இல்லை.*(17)*

என்று கூறும்போது தொழிலாளி வர்க்கம் தனது வரலாற்றுப் பிரக்ஞையுடன்கூடிய ஒரு வர்க்கமாக அன்று இந்தியாவில் வளர்ந்து கனியாததை, ஐரோப்பாவில் முற்றிக் கனிந்துவிட்ட வர்க்க வேறுபாடுகளுடன், தான் அறிந்தவற்றை அளவுகோலாக வைத்துக்கொண்டு ஒப்பிட்டு மேற்கண்ட முடிவைச் சொல்லுகிறார்.

> இந்தியாவிலுள்ள நிலஸ்வான்களும், முதலாளிகளும் ஐரோப்பிய முதலாளிகள், நிலஸ்வான்களைப்போல் ஏழைகளின் விஷயத்தில் அத்தனை அவமதிப்பும் குரூர சித்தமும் பூண்டோரல்லர். இவர்களுடைய உடைமைகளைப் பிடுங்க வேண்டுமென்றால் நியாயமாகாது. அதற்கு நம் தேசத்திலுள்ள ஏழைகள் அதிகமாக விரும்பவும் மாட்டார்கள்.*(18)*

என்று பாரதி கூறுவது, இந்தியாவிலுள்ள வர்க்க முரண்பாடுகளைப் பற்றிய பாரதியின் தவறான கணிப்பையே காட்டுகிறது. எனினும் இந்த முரண்பாடுகளைத் தீர்கக வேண்டும் என்கிற பாரதியின் நேர்மையான ஆசையில் நாம் ஐயப்படுவதற்கு ஒன்றுமில்லை.

> எனவே உலகத் துன்பங்கள் அனைத்திலும் கொடிதான இந்த ஏழ்மைத் துன்பத்தை ஸமாதான நெறியாலும் மாற்றக்கூடிய

> உபாயமொன்றை நாம் கண்டுபிடித்து நடத்துவோமானால், அதனின்றும் நமது நாடு பயனுறுவது மட்டுமேயன்றி உலகத்தாரெல்லோரும் நம்முடைய வழியை அனுஷ்டித்து நன்மை அடைவார்கள்.*(19)*

என்று கூறுகிற பாரதி காட்டுகிற அந்த 'வழி' என்ன தெரியுமா? நிலஸ்வான்கள் எல்லோரும் சேர்ந்து ஓர் தர்மகர்த்தா சபையை உருவாக்கி அங்குள்ள விவசாயிகளையும், தொழிலாளிகளையும் கூட்டி அவர்களுக்கு எல்லா வாழ்க்கை வசதிகளையும் அளிப்பதாகத் தத்தம் குழந்தைகள்மீது ஆணையிட்டுக் கூறவேண்டுமாம். மயிலிடம் இறகை யாசித்துப் பெற முயலும் பாரதியின் பரிந்துரையைக் கண்டு பரிதாபப்படலாமேயொழிய பாராட்ட முடியுமா? செல்வர்கள்கூடி ஏழைகளை நோக்கி, "உங்களுடைய ஒத்துழைப்பும் ஆதரவும் ஸ்நேஹமும் இல்லாவிட்டால் எங்களுக்கு இந்த நிலங்கள் எவ்விதமான பயனும் தரமாட்டா"*(20)* எனக் கூறவேண்டும் என்று பாரதி பகர்வதிலுள்ள 'ஒத்துழைப்பு' என்ற பதத்திற்கு சுரண்டும் வர்க்க அகராதியில் 'சுரண்டப்படும் உழைப்பு' என்றுதானே பொருள்!

> "நிலமில்லாத நீங்கள் எங்களுடைய நிலத்தைக் கொள்ளையிட்டுப் பறித்துக்கொள்ளலாமெனில், துணியில்லாதவர்கள் உங்களது துணிகளைப் பறித்துக் கொள்ளலாமன்றோ? வீடில்லாதவர்கள் பிறர் வீடுகளைக் கைப்பற்றிக்கொள்ளலாம்."*(21)*

என்று நிலஸ்வான்கள் பாட்டாளிகளை நோக்கிச் சொல்ல வேண்டும் என்று பாரதி கூறுகிறபோது பொதுவுடைமை இயக்கத்தினர் நமது நாட்டில் நடத்திய 'நிலமீட்பு' இயக்கத்தைச் சாடுவதைப்போல, "ஒருவன் சட்டைப் பையில் இருப்பதை இன்னொருவன் எடுப்பதுபோல், ஒருவன் நிலத்தில் மற்றொருவன் பிரவேசிப்பதால் இது ஆகிவிடாது" *(22)* என்று பெரியார் ஈ.வெ. ரா.அவர்கள் கூறியது நம் நினைவிற்கு வருகிறது. அதுமட்டுமா சொன்னார் பெரியார்? தொழிலாளர்களை நோக்கி மேலும் சொல்வார்:

> பொதுவாக, 'தொழிலாளர் சங்கம்' என்றாலே எனக்கு அதனிடத்தில் விருப்பம் இருப்பதில்லை. அதில் ஒரு சத்து இருப்பதாகவே எனக்குத் தோன்றவில்லை.*(23)*

தனித்தனியாய் கெஞ்சுவதற்குப் பதில் நாலு பேராய்ச் சேர்ந்து கெஞ்சுவதைத் தொழிற்சங்கம் என்கிறீர்கள்.(24)

(தொழிலாளர் சங்கத் தலைவர்கள்) பொதுஜனங்களின் பணத்தை உங்கள் முதலாளிகளைப் போலவே கொள்ளை யடித்துக்கொண்டு, சுகபோகம் அனுபவித்துக்கொண்டு, தனது சுயநலத்தை நாடிக்கொண்டு இருப்பவராயிருப்பார்.(25)

கண்டிப்பாய் நீங்கள் அரசியலில் சேரவே கூடாது.(26)

நம்முடைய முயற்சிகள், தொழிலாளி - முதலாளி ஆகியோர் கூட்டாளிகள் என்கிறதான தன்மை ஏற்பட வேண்டும் என்பதற்கே. அதற்குப் பலாத்காரம்தான் சாதனம் என்பது அல்ல! அல்லது ஸ்ட்ரைக் செய்துதான் அந்தக் காரியத்தைச் சாதித்துக்கொள்ள வேண்டும் என்ற தன்மை இருக்கக் கூடாது. வேறு முறைகளைக் கையாள வேண்டும். முதலாளிகளை மிரட்டுவது என்பதையே இலட்சியமாகக் கொண்டிருக்கக் கூடாது. (27)

ஸ்டிரைக்கினால் ஏற்படும் விளைவுகள் என்ன? நான் முன் சொன்னதுபோல் தொழில் வளர்ச்சி கெட்டு, உற்பத்தி குறைவதோடு மட்டுமல்ல; பொதுமக்களுக்கும் எவ்வளவு தொந்தரவு ஏற்படுகிறது? (28)

டாட்டா, பிர்லாக்கள் கூடத் தொழிற்சங்கங்கள் பற்றிச் சொல்லத் துணியாத மேற்கண்ட கருத்துக்களையெல்லாம் சொன்னவர்தாம் பெரியார். இத்தனைக்கும் பெரியார், பாரதி மறைந்த பின் ஏறத்தாழ அரை நூற்றாண்டுக்கும் மேலாக இந்தப் பூமியில் வாழும் வாய்ப்பு பெற்றவர். ருஷ்யப் புரட்சி வெற்றி பெற்று அதன் பலன்களை அந்நாட்டு மக்கள் அனுபவிக்கும் சிறப்புக்களை நேரிலேயே கண்டவர். அண்டையிலுள்ள சீனாவிலும், இவ்வுலகின் மூன்றில் ஒரு பங்கிலும் தொழிலாளி வர்க்க ஆட்சியின் மேன்மைகளைப் பார்த்தவர். அத்தகைய ஆட்சி முறைகளை நிறுவுவதற்கு, தொழிற்சங்க இயக்கங்கள் கட்டுவதின் அவசியத்தை அறிந்திருக்கும் வாய்ப்புப் பெற்றவர். தமிழ் நாட்டின் குறிப்பிடத்தக்க சீர்திருத்தவாதிகளில் ஒருவர். அவரே இப்படி எல்லாம் சொல்லியிருக்கையில் இத்தனை வாய்ப்புக்களும் இல்லாதிருந்த பாரதியாரின் தடுமாற்றங்களில் வியப்பென்ன இருக்கிறது?

அதுமட்டுமல்ல. ருஷ்யப் புரட்சி நடந்தது 1917ல்; பாரதி மறைந்தது 1921ல். இடைப்பட்ட நான்காண்டு காலம் என்பது ருஷ்யாவில் பெரும்பஞ்சம் நிலவிய காலம். அதனைச் சமாளிக்க 'புதிய பொருளாதாரக் கொள்கை' எனும் திட்டம் தீட்டி நிறைவேற்றிக் கொண்டிருந்த காலம். பதினாக்கு நாடுகள் இணைந்து ருஷ்யாவில் அரும்பியிருந்த பாட்டாளி வர்க்க ஆட்சியை முறையிலேயே கிள்ளி எறிந்துவிடப் படையெடுத்த காலம். எதிர்ப் புரட்சிகள் ஆங்காங்கு ருஷ்யாவிற்குள் வெடித்துக்கொண்டிருந்த காலம். ருஷ்யாவிலுங்கூட, இப்போது ஏற்பட்டிருக்கும் சோஷலிஸ்ட் ராஜ்யம் எக்காலமும் நீடித்து நிற்கும் இயல்புடையதென்று கருத வழியில்லை என பாரதியே ஐயப்பட்ட காலம். இத்தகைய காலச் சூழலில் வாழ்ந்த பாரதி ருஷ்யப் புரட்சி பற்றிய மதிப்பீட்டில் தவறிப்போனதை நாம் புரிந்துகொள்கிறோம்.

எப்படி பெரியாரை அவரது கருத்துகள், சீர்திருத்த நடவடிக்கைகள் எல்லாவற்றையும் ஒட்டுமொத்தமாகப் பார்த்து மதிப்பிட்டு, மேலே நாம் சுட்டிக் காட்டிய பிற்போக்குக் கருத்துகளுக்காக பெரியார் வளர்த்தது பிற்போக்குத்தனமே என் நாம் அவசரப்பட்டு முடிவெடுக்கவில்லையோ, அதே நிதானத்துடன்தான் நாம் பாரதியையும் அணுக வேண்டும். தனது கட்டுரைகளிலோ, கவிதைகளிலோ எந்த இடத்திலுமே பொதுவுடைமை ஆட்சியையே சமத்துவக்கொள்கையின் நியாயத்தையோ பாரதி மறுத்ததில்லை. அவர் தடுமாற்றமெல்லாம் 'ஸ்ரீமான் லெனினின்' வழிமுறைகளில்தான்

> சிலருக்குச் சோறு மிதமிஞ்சி இருக்க, பலர் தின்னச் சோறில்லாமல் மடியும் கொடுமையைத் தீர்த்துவிட வேண்டும். இது இலக்கம் ஒன்று. பூமியின் மீதுள்ள நன்செய், புன்செய், தோப்பு, துரவு, சுரங்கம், நதி, அருவி, குப்பை, சொத்தை, தரை - கடவுளுடைய சொத்தில் நாம் வேலி கட்டக்கூடிய பாகத்தை எல்லாம் - சிலர் தங்களுக்குச் சொந்தமென்று வேலி கட்டிக்கொண்டனர். பலருக்கு ஆகாசமே உடமை. வாயு ஆகாரம், இதற்கு மருந்து என்னவென்றால் 'எல்லோரும் சமானம், அண்ணன் தம்பி போல' என்ற புத்தி உண்டாய் ஏழைகள் வயிறு பசிக்காமல் செல்வர்கள் காப்பாற்ற வேண்டும். அது முடியாவிட்டால். ஐரோப்பாவில் 'சோஷலிஸ்ட்' கட்சியார் சொல்வதுபோல

> *நிலத்தை சகலருக்கும் பொதுவென்று ராஜ்ய விதி ஏற்பாடு செய்துகொள்ள வேண்டும். (29)*

என்று கூறும்போதும்,

> *எல்லா மனிதரும் சமமென்ற கொள்கையைச் சமூக வாழ்க்கையில் ஸ்தாபனம் செய்யும்வரை மானிடருள்ளே இகல், பொறாமை, வஞ்சனை, போர் முதலிய ஏற்பாடுகள் நீங்கமாட்டாதாதலால் அக்கொள்கையை எப்படியேனும் அனுஷ்டானத்துக்குக் கொணர்ந்துவிட வேண்டுமென்று ஐரோப்பிய ஞானிகள் பேராவல் கொண்டிருக்கின்றனர்.(30)*

என்றெழுதும் போதும் பாரதியின் உள்ளம் நமக்குப் புரிகிறது. மேலும்,

> *தேசத்துப் பிறந்த ஸர்வ ஜனங்களுக்கும் தேசத்துச் செல்வம் பொது என்பது உண்மையாய்விடின், ஏழைகள் செல்வர் என்ற வேற்றுமையினும் உண்டாகும் தீமைகள் இல்லாமற் போகும்படி சகலரும் தொழில் செய்துதான் ஜீவிக்க வேண்டும் என்ற உறுதி வழங்குமானால் தேசத்துத் தொழில் மிகவும் அபிவிருத்தியடைந்து ஜனங்களின் க்ஷேமமும் சுகங்களும் மென்மேலும் மிகுதியுறும்.(31)*

என்று கூறியிருப்பதிலிருந்து ஒரு நாடு தொழிலபிவிருத்தியடைந்து மக்கள் சகல சௌபாக்கியங்களுடனும் வாழ்வதற்கு பொதுவுடைமைக் கொள்கையே ஏற்றது என பாரதி முழுமையாக நம்பி இருப்பதும் நமக்குப் புரிகிறது. எல்லாவற்றையும் கூர்ந்து நோக்கும்போது, ருஷ்யாவில் அவர் காலத்தில் நடந்த புரட்சி பற்றிய பாரதியின் ஒட்டுமொத்தமான கருத்தாக,

எனவே ருஷ்யாவிலுள்ள அபேதவாதிகளுடைய கொள்கைகள் அவ்வளவு தீங்குடையனவல்ல. ஆனால் அவற்றை வழக்கப்படுத்தும் பொருட்டு அவர்கள் நாட்டில் ஏற்படுத்தியிருக்கும் தீராச் சண்டையும் அல்லலுமே தீங்கு தரவனவாம். (32)

என்று அவர் கூறுவதையே நாம் கணக்கிலெடுத்துக் கொள்ள வேண்டும். தமிழகத் தொழிற்சங்க இயக்கத்தின் மூலவர்களில் ஒருவராகிய சர்க்கரைச் செட்டியார், பாரதி இறுதியாக மேடையில் முழங்கியதாகப் 'பாரத சமுதாயம் வாழ்கவே' என்ற புகழ்பெற்ற

பாடலைக் குறிப்பிடுவார். (33) முப்பது கோடி ஜனங்களின் சங்கம் முழுமைக்கும் பொதுவுடமை ஏற்படுத்தி, மனிதர் உணவை மனிதர் பறிக்கும் வழக்கமற்ற ஒப்பில்லாத பாரத சமுதாயத்தை நிறுவத் துடிக்கிற பாரதியின் இறுதி ஆசையையும், 'தனியொருவனுக்குணவில்லை எனில் ஜகத்தினை அழித்திடுவோம்' என்று வீர சபதமிட்டு மனித நேயத்தின் உச்சத்திற்கே எட்டிவிட்ட பாங்கையும் நாம் நினைத்துப் பார்க்க வேண்டும்.

பெண் விடுதலை

இந்தியாவில் அழித்தொழிக்க வேண்டிய சமுதாயக் கொடுமைகளைப் பட்டியல் போடும்போதெல்லாம் முதலாவதாகச் சாதிக் கொடுமைகளையும், இரண்டாவதாகப் பெண் அடிமைத்தனத்தையும் சுட்டிக் காட்டுவது பாரதியின் வழக்கம். தமிழ்நாட்டின் விழிப்பைப் பற்றிக் கூறும்போது,

> தமிழ்நாட்டில் ஜாதி சம்பந்தமான மூடவிதிகளும் ஆசாரங்களும் சடசடவென்று நொறுங்கி விழுகின்றன. அடுத்த விஷயம் பெண்விடுதலை என்பார் (33). உயிர்பெற்ற தமிழருக்குத் தன் புகழ்பெற்ற அறிவுரைகளைக் கூறும்போதும், 'ஜாதி வேற்றுமைகளை வளர்க்காதே, பெண்ணை அடிமை என்று கருதாதே' என்றுதான் அடித்துச் சொல்லுவார். பெண்கள் விடுதலைக்குத் தமிழ்நாடு முழுவதுங்குலுங்கிடக் கைகொட்டிக் கும்மியடிப்பார். நிமிர்ந்த நன்னடையும் நேர்கொண்ட பார்வையும் நிலத்தில் யார்க்கும் அஞ்சாத நெறிகளும் திமிர்ந்த ஞானச் செருக்கும் நிறைந்த புதுமைப் பெண்ணுக்கு ஆயிரம் போற்றிகள் இசைப்பார். 'மாதர்க்குண்டு சுதந்திரம்' என்ற சொல் நாரத வீணையிலும் நன்றெனச் சொல்லி மகிழ்வார். பெண்மை வாழ்கவென்று கூத்திடுவார். வெறும் பேச்சோடு நிற்காமல் 'பெண்கள் சம்பாஷணைக் கூட்டங்கள்' நடத்தி, பெண் விடுதலை தொடர்பான செய்திகளை அவர்களை விட்டே பேசுமாறு ஊக்குவித்து, அவற்றைத் தன் பத்திரிகையிலும் வெளியிட்டு மகிழ்வார். (34)

ஒரு கவிஞனின் இலக்கியக்கொள்கையை மதிப்பிட்டுப் பார்ப்பதற்கு அவன் தோன்றிய சமுதாயத்தில் காலங்காலமாக எவ்வாறு ஒரு கண்ணோட்டம் வளர்ச்சியுற்று வந்தது, அதனை அந்தக் கவிஞன் எவ்வாறு பிரதிபலிக்கிறான் அல்லது அவற்றை மீறிப் புதிய லட்சியங்களுக்குப் பூபாளமிசைக்கிறான் என்பவற்றைத் துல்லியமாக எடைபோட்டுப் பார்க்கவேண்டும். அப்படிப் பார்த்தால்தான் பாரதி எந்த அளவிற்குத் தான் எடுத்துக் கொண்ட ஒவ்வொரு கவிதைப் பொருளிலும் தன் பாரம்பரியத்தை மீறி நிற்கிறார் என்பது தெளிவாகும். முக்கியமாகப் பெண் விடுதலை, கற்பு, விவாகரத்து, விதவை மணம் போன்றவற்றில் நம் தமிழ் இலக்கியப் பரம்பரையிலிருந்து பாரதி எத்தனை அடி தூரம் முன்னோக்கி அடி எடுத்து வைத்திருக்கின்றார் என்று சொல்லவும் வேண்டியதில்லை.

'தையல் சொற் கேளேல்' எனவும் 'பெருமையும் உரனும் ஆடவர்க்குரிய நாணமும் அச்சமுமே மகளிர்க்குரிய' என்றும் காலங்காலமாக இலக்கணம் வகுத்து வந்த பரம்பரையில் தோன்றிய பாரதிதான் முதன் முதலில் நாணமும் அச்சமும் நாய்கட்கு வேண்டுமாம்' எனச் சீறி விழுந்தார். 'பெய்யெனப் பெய்யும் மழை' என்று கற்பைப் பெண்ணுக்கே உரிய விலங்காக இலக்கணப்படுத்திக் கொண்டிருந்த புலவர் மரபில் உதித்து 'கற்பு நிலை என்று சொல்ல வந்தால், இரு கட்சிக்கும் அஃதை பொதுவில் வைப்போம்' என்று போர் முழக்கமிட்டார். அத்தோடு,

> இப்போது, கற்பு என்பதை மிக உயர்ந்த சமுதாய ஒழுக்கங்களில் ஒன்று என்று ஒவ்வொரு புத்தியுள்ள மனிதனும் ஒத்துக்கொள்வான். ஆனால் நிச்சயமாக, அதுவே வாழ்க்கையில் எல்லாமுமாகி விடாது. (35)

என்று கற்பைப்பற்றிய பிரமைகளை உடைத்து நொறுக்கியவர் பாரதி.

வற்புறுத்திப் பெண்ணைக் கட்டிக் கொடுக்கும் வழக்கத்தைத் தள்ளி மிதித்திட வேண்டும் எனக் கூறிய பாரதி மேலும் சொல்வார்:

> என் தாய்நாட்டின் இளமை நிறைந்த சகோதர சகோதரிகளே, உங்களுக்கு என் வேண்டுகோள் இதுதான்: கல்யாணம் செய்துகொள்ளுதலை எவ்வளவு ஒத்திப்போட முடியுமோ

அவ்வளவு ஒத்திப்போடுங்கள். அதனால் பருவ வயதைக் கடந்து விட்டாலும் பரவாயில்லை. உங்கள் ஆத்மாவின் உண்மையான துணையைக் கண்டுவிட்டதாக நீங்கள் நிச்சயமாக உணர்வீர்களேயானால் அவர்களைக் காதலித்து, உரிமை கொண்டாடி, கலியாணம் செய்துகொண்டு கடவுளின் புகழைப் பாடுங்கள். காலாவதியாகிப் போன பழக்கவழக்கங்களின் காவலர்களாகத் தங்களைத் தாங்களே நியமித்துக் கொண்ட யாரும் உங்கள் வழியை மறைத்தார்களேயானால் அவர்கள் வேலையைப் பார்த்துக் கொண்டு தூரப் போகச் சொல்லுங்கள் (36)

என்று தமிழகத்து இளைஞர்கட்கும், இளம்பெண்கட்கும் முதன்முதலில் அறிவுரை சொன்னது அவராகத்தான் இருக்க வேண்டும், இந்து மறுமலர்ச்சியுடன் தேசியத்தை இணைத்து வளர்த்த தலைவர்களின் வழியில் நின்று தன் இலக்கியப் படைப்புக்களையும், அரசியல் பிரவேசத்தையும் செய்தவராயினும், பாரதி தேவைப்பட்ட தருணங்களில் அவர்களின் பிற்போக்கான கொள்கைகட்கு ஆப்பு வைத்துப் புரட்சிகரமான கருத்துகளுக்கு வக்காலத்து வாங்கவும் தவறவில்லை என்று சொன்னோமல்லவா? அவற்றில் ஒன்று பெண் விடுதலை. பாரதி தன் குரு என ஏற்றுப் போற்றிய மஹாராஷ்டிர வீரதிலகமாகிய ஸ்ரீமான் திலகரி 1890-ல் பெண்களின் திருமண வயதைப் பத்திலிருந்து பன்னிரண்டாக உயர்த்த முயன்றபோது, 'உடன்பாட்டு வயது மசோதாவை' எதிர்த்துப் போராட்டம் புரிந்தவர். (37) அவரைத் தன் அரசியல் மதகுருவாகப் பிரகடனப்படுத்திக்கொண்ட பாரதி சிறுவயது மணத்தைக் கடுமையாக எதிர்த்திருக்கிறார். 'ருதுமதி விவாஹம்' என்ற கட்டுரையில்,

நம் ஜன சமூகத்தில் மாறுதல்கள் நடக்கவேண்டும். மாறுதலே உயிர்த் திறமையின் முதற்குறியாகும். புராதன ஆசாரங்களில் நல்லதைக் கடைப்பிடித்துக் கெட்டதை நீக்கிவிட வேண்டும் .....பழமை என்ற ஒரே காரணத்தால் எல்லாம் நல்லதாகிவிடாது. (38),

என்று கூறி பால்ய விவாஹத்தைக் கண்டிக்கிறார். கொடுமைப் படுத்துகிற கணவனை விவாகரத்து செய்வதில் தவறு இல்லை என முதன்முதலில் தமிழ்ப்பெண்களுக்கு அறிவுரை சொன்னதும் பாரதியாகத்தான் இருக்க வேண்டும்.

> ருதுவான பிறகு, பெண்ணுடைய இஷ்டப்படி கலியாணம் செய்ய வேண்டும்; புருஷன் கொடுமையைச் சகிக்க முடியாமலிருந்தால், ஸ்திரி சட்டப்படி அவனை த்யாஜம் செய்துவிடச் சட்டமும் இடம் கொடுக்க வேண்டும்; ஊர்க்காரரும் தூஷணை செய்யக்கூடாது.*(39)*

என்று ஓர் உரையாடலில் குறிப்பிடுவார்.

கற்பைப் பற்றிப் பேச வருகையிலும் ஆணுக்கும் கற்பு தேவைதான் என்று சொன்னதோடு பாரதி நிற்கவில்லை. மேலும் பல புரட்சிகரமான கருத்துக்களையும் சொல்லிவிட்டுப் போயிருக்கிறார். 'பதிவிரதை' என்னும் கட்டுரையில் ஆணும், பெண்ணும் ஒருவருக்கொருவர் உண்மையாக இருக்கவேண்டும் என்று வலியுறுத்துகிற பாரதி, பெண்கள் எங்கேனும் வழிதவற நேரிடுகிறதென்றால் அதற்கு முழுப் பழியையும் பெண்கள் மேல் போடுவது தவறு எனத் தர்க்க ரீதியாக நிறுவும் பாரதி. கணவன் மீது விருப்பம் இல்லாமற் போய்விட்டதற்காக ஒரு பெண்ணைக் கணவன் அடித்துத் துன்புறுத்துவதைக் கடுமையாகக் கண்டிக்கிறார். இது குறித்து அவர் கூறியிருப்பது ஆழ்ந்த பரிசீலனைக்குரியது. பாரதி சொல்வார்:

> பதிவ்ரயத்தைக் காப்பாற்றும் பொருட்டாக ஸ்திரீகளைப் புருஷர்கள் அடிப்பதும், திட்டுவதும், கொடுமை செய்வதும் எல்லையின்றி நடைபெற்று வருகின்றன. சீச்சீ! மானங்கெட்ட தோல்வி, ஆண்களுக்கு அநியாயமும் கொடுமையும் செய்து பயனில்லை!
>
> இதென்னடா இது! "என்மேல் ஏன் விருப்பம் செலுத்தவில்லை?" என்று ஸ்திரீயை அடிப்பதற்கு அர்த்தமென்ன? இதைப்போல் மூடத்தனம் மூன்று லோகத்திலும் வேறே கிடையாது. ஒரு வஸ்து நம்முடைய கண்ணுக்கு இன்பமாக இருந்தால் அதனிடத்தில் தனக்கு விருப்பம் இயற்கையிலேயே உண்டாகிறது. கிளியைப் பார்த்தால் மதிர் அழகென்று நினைக்கிறார்கள். இதற்காகத் தவளைகள் மனிதரை அடித்தும், திட்டியும், சிறையிலே போட்டும் துன்பப்படுத்த அவற்றுக்கு வலிமை இருப்பதாகக் கொள்வோம். அப்படி அவை செய்தால் நாம் நியாயமென்று சொல்வோமா? *(40)*

அப்படியானால் பசி நேரத்திற்கு ஏதோ ஒரு ஓட்டலில் புகுந்து எதையோ சாப்பிட்டுப் பசியைத் தணித்துக்கொள்வதைப் போல, யார் வேண்டுமானாலும் யாருடன் வேண்டுமானாலும் எந்தவித பந்தமுமின்றி தேவைப்பட்டபோது கூடி, விருப்பப்பட்டபோது விட்டோடி வாழ்க்கையையே கேலிக் கூத்தாக்குகிற மேனாட்டு விடுதலைக் காதல் கொள்கையை பாரதி ஆதரிக்கிறாரா? அதுதான் இல்லை.

> காதலிலே விடுதலையென் றாங்கோர் கொள்கை
> கடுகி வளர்ந்திடுமென்பார் யூரோப்பாவில்;
>
> ....
>
> வீரமிலா மனிதர்சொல்லும் வார்த்தை கண்டீர்
> விடுதலையாங் காதலெனிற் பொய்மை காதல்
>
> என்று அத்தகைய இழிவைச் சாடுவதோடு,

விடுதலைக் காதலாகிய கொள்கைக்கும் மனைவாழ்க்கைக்கும் பொருந்தாது. மனை வாழ்க்கை ஒருவனும் ஒருத்தியும் நீடித்து ஒன்றாக வாழா

> விட்டால் தகர்ந்து போய்விடும், 'இன்று வேறு மனைவி, நாளை வேறு மனைவி' என்றால் குழந்தைகளின் நிலைமை என்னாகும்? (41)

என்று கூறி, விடுதலைக் காதல் கொள்கையை அவரது தத்துவமாகிய தேசியத்திற்கு எவ்வாறு பொருந்தாது எனத் தர்க்கரீதியாக விளக்கி 'தேசியக் கல்வி' என்னும் கட்டுரையில் எழுதுவார்.

சர்வதேச கம்யூனிஸ்ட் இயக்கத்தின் முக்கிய தலைவர்களில் ஒருவராக இருந்த இனெஸ்ஸா ஆர்மன்ட் என்கிற பெண்மணிக்கு மாமேதை லெனின் எழுதிய கடிதம் நம் நினைவிற்கு வருகிறது. அந்த அம்மையார் உழைக்கும் பெண்களுக்காகத் தான் வெளியிட எண்ணி இருந்த ஒரு பிரசுரத்தைப்பற்றி லெனினுக்கு எழுதி கருத்து கேட்டிருந்தார். அதற்கு லெனின் எழுதி இருந்த பதில் மிகவும் சுவையானது. "உங்கள் பிரசுரத்தில் மூன்றாவது கோரிக்கையாக நீங்கள் எழுதி இருக்கும் காதலில் விடுதலைக்கான கோரிக்கையை முற்றிலுமாகத் தூக்கி எறிந்துவிடுங்கள்" எனக்கூறிய லெனின் அதற்கான காரணங்களைக் கீழ்க்கண்டவாறு கூறுவார்:

> "(விடுதலைக் காதல்) என்பது உண்மையில் ஒரு தொழிலாளி வர்க்கக் கோரிக்கை அல்ல. அந்தச் சொற்றொடரின் மூலம்

நீங்கள் என்ன புரிந்து கொண்டீர்கள் அல்லது நாங்கள் என்ன புரிந்துகொள்ள வேண்டும் என நினைக்கிறீர்கள்?" *(42)* என்று கேட்டுவிட்டு, "காதலில் விடுதலை என்பதற்குப் பொருளாதாரப் பிரச்சினைகள், 'மத, சமூக, சட்ட, நீதிமன்றக் கட்டுப்பாடுகள், பெற்றோரின் தடைகள் போன்றவற்றிலிருந்து விடுதலை வேண்டும் என்று சொன்னீர்களானால் சரி, அதை ஒரு தொழிலாளிவர்க்கக் கோரிக்கையாகக் கொள்ளலாம். மாறாக, காதலில் உள்ள ஆழமான அம்சங்கள் அல்லது குழந்தை பெற்றுக்கொள்ளுதல் அல்லது முறை தவறாமை போன்றவற்றிலிருந்து விடுதலை வேண்டும். என நீங்கள் கருதினீர்களேயானால் அதற்குப் பெயர் விடுதலைக் காதல் அல்ல. அவை இன்றைய சமுதாய நிலையில் பூர்ஷ்வாக் கோரிக்கைகளாகுமேயொழிய பாட்டாளி வர்க்கக் கோரிக்கையாகாது என்று அழுத்தம் திருத்தமாகக் கூறி இருப்பது நம் நினைவிற்கு வருகிறது.

விதவைகள் மறுமணத்தை ஆதரித்தும் பாரதி முற்போக்கான பல கருத்துகளை உதிர்த்துவிட்டுப் போயிருக்கிறார். 'வாழ்க நீ எம்மான்! எனத் 'தான் வாழ்த்துப் பஞ்சகம் பாடிய ஸ்ரீமான் மோகனதாஸ் கரம் சந்திர காந்தி, விதவைகள் மறுமணப் பிரச்சினை பற்றித் தனது 'நவஜீவன்' பத்திரிக்கையில் ஏனோதானோவென்று எழுதி இருப்பதைக் கண்டு வெடித்து, அவருக்கே உரித்தான தர்க்க நியாயங்களுடன் எளிய தமிழில் புள்ளிவிவரங்களின் துணையோடு, 'இந்தியாவில் விதவைகளின் பரிதாபகரமான நிலைமை' என்ற கட்டுரையில் சாடும் பாங்கு ரசிக்கத் தக்கது.

> "அதனாலேதான் ஹிந்து தேசத்து விதவைகளின் வாழ்க்கை நரக வாழ்க்கையினும் கொடியதாய் எண்ணற்ற துன்பங்களுக்கு இடமாகிறது. பால்ய விதவைகள் புனர் விவாகம் செய்துகொள்ளலாமென்று ஸ்ரீமான் காந்தி சொல்லுகிறார். அதைக்கூட உறுதியாகச் சொல்ல அவருக்குத் தைரியம் இல்லை; மழுப்புகிறார். எல்லா விதவைகளும் மறுமணம், செய்துகொள்ள இடம் கொடுப்பதே இந்தியாவில் மாதருக்குச் செய்யப்படும், அநியாயங்கள் எல்லாவற்றிலும் பெரிதான இந்த அநியாயத்திற்குத் தகுந்த மாற்று. மற்ற பேச்செல்லாம் வீண் கதை. *(43)*

என்று அந்தக் கட்டுரையை முடிக்கிறார் பாரதி. தன்னுடைய

குடும்பத்திலுள்ள விதவைகளுக்கு மறுமணம் செய்து வைக்கமாட்டேன் என்று கூறிய மகாத்மாவையும் பாரதியையும் நாம் ஒப்பிட்டுப் பார்க்கவேண்டும். திருநெல்வேலி கலவரத்தில் மறைந்துபோன ஒரு வீரரின் இளம் மனைவியை பாரதியார் மறுமணம் செய்துகொள்ளுமாறு தூண்டிய ஒரு சம்பவத்தையும் கவியோகி சுத்தானந்த பாரதியார் குறிப்பிடுகிறார். *(44)*

இதுதவிர முஸ்லிம்கள் பலதார மணம் செய்துகொள்வதால் அந்த மதத்துப் பெண்கள் படும் அவலங்கள் பற்றியும், புதிய ருஷ்யாவில் திருமணம் தொடர்பாக நிறைவேற்றிய சட்டங்களை வரவேற்றும், தென்னாப்பிரிக்கப் பெண் விடுதலை இயக்கத்தைப் பற்றியும் பாரதி சமயம் வாய்த்தபோதெல்லாம் பெண் விடுதலைக்கு ஆதரவான கட்டுரைகள் எழுதத் தயங்கவில்லை.

இந்தப் பெண் விடுதலையைப் பெண்களே போராடித்தான் பெற வேண்டுமேயொழிய வேறு யாரும் இதனை யாசகமாக அவர்களுக்குக் கொடுத்துவிட முடியாது என மேதை மாசேதுங் கூறியது போல பாரதியும் பகருகிறார்:

> மாதர்களுக்காயினும், வேறு யாருக்காயினும் சுதந்திரங்கள் வேறொருவர் கொடுக்க முடியும் என்ற நம்பிக்கையே எனக்குக் கிடையாது. அவரவர்கள் தத்தம் உரிமைகளைத் தாமே முயற்சி புரிந்து அடைந்துகொள்ள வேண்டுமேயல்லாமல் மற்றவர்கள் கொடுத்ததொன்றும் நிலைத்திருக்க மாட்டாது. *(45)*

> சகோதரிகளே! ஆறிலும் சாவு; நூறிலும் சாவு; தர்மத்துக்காக இறப்போரும் இருக்கத்தான் செய்கிறார்கள். ஆதலால் சகோதரிகளே! பெண் விடுதலையின் பொருட்டாகத் தர்மயுத்தம் தொடங்குங்கள், நாம் வெற்றி பெறுவோம். நமக்குப் பராசக்தி துணைபுரிவாள். வந்தே மாதரம். *(46)*

அநீதி செய்கிற ஆண்பிள்ளைகள் கணவன், சகோதரன், தந்தை என்று எந்த உறவால் கட்டுண்டிருந்தாலும் குருக்ஷேத்திரத்தில் அர்ஜுனன் திகைத்ததுபோல திகைக்காமல் எதிர் நின்று போரிடத் தூண்டுகிறார். “நான் எல்லா வகையிலும் உனக்குச் சமமாக வாழ்வதால் உனக்குச் சம்மதம் உண்டானால் வாழ்வேன். இல்லாவிட்டால் இன்று ராத்திரி சமையல் செய்யமாட்டேன்” என்று

'வேலை நிறுத்தம்' செய்யத் தூண்டுகிறார். "அதனின்றும் அவர்கள் கோபத்தால் நமக்கு விதிக்கக்கூடிய தண்டனைகளையெல்லாம் தெய்வத்தை நம்பிப் பல்லைக் கடித்துக்கொண்டு பொறுப்பதே நியாயம்" என்று சாத்வீக எதிர்ப்பு முறையைப் பரிந்துரை செய்கிறார் (47). ஏன் இத்தகைய சாத்வீக முறையில் சரண்புகுகிறார் பாரதி? அன்றைய நிலப்பிரபுத்துவச் சமூக அமைப்பில் அவர்களால் வேறென்ன செய்துவிட முடியும்? எனவே பெண்ணடிமையை ஒழிக்கவேண்டுமானால், அடித்தளமான இந்தச் சமுதாய அமைப்பையே மாற்றினால்தான் முடியும் என்கிற அளவிற்கு பாரதியால் சிந்திக்க இயலாமற்போனமைதான் காரணம்.

பெண்விடுதலைக்காக ஒரு ஒன்பது அம்சத் திட்டத்தையும் தீட்டியுள்ளார் பாரதி (48). அதில், இஷ்டமில்லாத புருஷனுக்கும், ருதுவாவதற்கு முன்பும் கட்டாய விவாகம் செய்து கொடுக்காதிருத்தல், விருப்பப்பட்டபோது புருஷனை விட்டு விலக உரிமை, பெண்களுக்குச் சொத்துரிமை அளித்தல், விவாகம் செய்துகொள்ளாமல் கயதொழில் புரிந்து வாழ விரும்பும் பெண்களுக்கு இடம் கொடுத்தல், ஆண்களைப்போலவே பெண்களுக்கும் உயர்தரக் கல்வி வழங்குதல், பிறபுருஷர்களுடன் பழகக்கூடாதென பயத்தாலும் பொருமையாலும் ஏற்படுத்தப்பட்ட நிபந்தனையை ஒழித்தல், அரசுப் பதவிகளில் பங்குபெற சட்டரீதியான உரிமை அளித்தல், அரசாங்கத்தில் பங்கு அளித்தல் என்ற அற்புதமான திட்டத்தைத் தீட்டித் தருகிறார். பல்கலைக்கழக ஆட்சி மண்டபத்தில் ஓரிரண்டு பெண்களை மட்டுமே சேர்த்திருப்பதைக் கண்டித்த பாரதி,

> தேசியக் கல்வியின் தமிழ்நாட்டுக் கிளையென ஒரு கிளை ஏற்பட வேண்டும். இதன் ஆட்சி மண்டலத்தில் பாதித் தொகைக்குக் குறையாமல் தமிழ் ஸ்திரீகள் கலந்திருக்க வேண்டும். (49)

என்று வலியுறுத்துகிறார். பிறிதோரிடத்தில் தமிழ் நாட்டைவிட மலையாளத்தில் பெண்ணுரிமை சிறந்து விளங்கக் காரணம் அங்கு பெண்களுக்குச் சொத்துரிமை அளித்திருப்பதுதான். எனவே தமிழ்நாட்டிலும் பெண்களுக்குச் சொத்துரிமை அளித்தலே பெண் விடுதலைக்கான வழி என்னும் கருத்துப்பட மொழிவார். (50) பெண்ணடிமைத்தனத்திற்கு

அடிப்படையாக இருப்பது பொருளாதார உறவுகளே என்கிற அளவிற்கு உய்த்துணர்ந்த பாரதி பெண்ணடிமைத்தனம் நிலப்பிரபுத்துவ உறவுகளுடன் பிரிக்க இயலாமற் பின்னிப்பிணைந்து கிடப்பதனால் அடிப்படைச் சமூக அமைப்மை மாற்றினால்தான் பெண் விடுதலை சாத்தியம் என்று அறிகிற அளவிற்கு மார்க்சியப் பார்வை இல்லாமற் போய்விட்டது என்பதற்கு அவர் வாழ்ந்த காலம்தான் காரணம் என்று தேறவேண்டுமேயல்லாது ஒரேயடியாக அவர் உள்நோக்கத்தையே சந்தேகப்பட்டு விடமுடியுமா என்ன?

கல்வியும் மொழியும்

தேடு கல்வி இலாததொரு ஊரைத் தீயினுக்கிரையாக மடுக்க சபதம் பூண்ட பாரதி, தந்தைக்கோர் ஆயிரம் செலவையும் பிள்ளைக்குப் பல்லாயிரம் தீமையையும் சேர்க்கும் ஆங்கிலக் கல்வியைக் கற்கின்ற பேடிக்கல்வி பயின்றுழல் பித்தர்களைச் சாடிக் கவி பாடியதை நாம் அறிவோம். ஆங்கிலக் கல்வியை இப்படிச் சாடினாலும் கல்வியின் முக்கியத்துவத்தை, அதிலும் பெண்கல்வியின் முக்கியத்துவத்தை பாரதி மிகவும் வலியுறுத்துகிறார். பெண்களை, இழிவு செய்யும் கொடுமையை ஒழிப்பதற்கு பாரதி கூறும் உபாயம் நமக்கு மாமேதை லெனினை நினைவூட்டும்.

> இந்த விஷயம் நிறைவேற வேண்டுமானால் அதற்கு மூன்று விதமான உபாயங்களிருக்கின்றன.
>
> முதலாவது உபாயம் கல்வி!
> இரண்டாவது உபாயம் கல்வி!
> மூன்றாவது உபாயமும் கல்வியே! (51)

கல்வி வேண்டும். ஆனால் ஆங்கிலக் கல்வி கூடாது. பின் எத்தகைய கல்வியை பாரதி பரிந்துரைக்கிறார்? நாம் முன்னரே வலியுறுத்தியபடி பாரதி, தேசிய உணர்வைப் பரப்புவதற்கு இந்துப் பண்பாட்டு மீட்பைப் பயன்படுத்திய காலத்திய விடுதலை இயக்க புத்திரன். அந்நிய ஆட்சிக்கு ஏற்றதான, தேசிய உணர்ச்சிக்கு

விரோதமான அன்றைய கல்வித் திட்டத்தைக் கண்டு பாரதி கொதித்ததில் வியப்பில்லை.

நம் வாலிபர்கள் பாடசாலைகளிலே சுதேச மஹான்களைப் பற்றி மிகவும் இழிவான எண்ணங்கொண்டு வளர்கிறார்கள், *(52)*

என்று மனம் நோகும் பாரதி வியாசர், சங்கரர் போன்ற அவதார புருஷர்களைப் பற்றியும். தாயுமானவரைப் போன்ற மஹா ஞானிகளின் இசை நிரம்பிய அமிருத கவிகளையும் அறியாத,

"ஆயிரக்கணக்கான மூடர்கள் தம்மைக் கல்விமான்களென்றும், பட்டதாரிகளென்றும் கூறிக்கொண்டு இந்நாட்டில் திரிகிறார்கள்", *(53)* என்று வேதனைப்படுகிறார்.

காங்கிரஸ் இயக்கத்தின் அன்றைய வேலைத்திட்டங்களாகிய சுதேசியம், அந்தியப் பொருள் பகிஷ்காரம், தேசியக் கல்வி ஆகியவற்றைச் சுவீகரித்துக்கொண்டு அரசியலையும் இலக்கியத்தையும் வளர்த்த பாரதி, இன்றும் நாம் படித்து வியக்கத்தக்க ஓர் அற்புதமான தேசியக் கல்வித் திட்டத்தை வரையறுத்துத் தருகிறார். *(54)* ஒரு கல்வியாளனுக்கே உரித்தான தீர்க்கமான பார்வையை நாம் பாரதியிடம் தரிசிக்கிறோம்.

உங்களுடைய கிராமத்தில் ஒரு பாடசாலையை ஏற்படுத்தி, ஓரளவு கல்வியும், தேசபக்தியும் உள்ள மூன்று ஆசிரியர்களை நியமித்து, அவர்களுக்குச் சம்பளம் தலைக்கு மாதம் ஒன்றுக்கு முப்பது ரூபாய்க்குக் குறையாமல் கொடுக்க வேண்டும் என்கிற அறிவுரையோட பாரதியின் கல்வித் திட்டம் துவங்குகிறது. பாரதி வகுத்த பாடத்திட்டத்தில் பயிற்சியளிக்கவேண்டிய பாடங்களைப் பாருங்களேன்.

அ) எழுத்து, படிப்பு, கணக்கு
ஆ) இலேசான சரித்திரப் பாடங்கள்
இ) பூமி சாஸ்திரம்
ஈ) மதப் படிப்பு
உ) ராஜ்ய சாதிரம்
ஊ) பொருள் நூல்
எ) ஸயன்ஸ் அல்லது பௌதிக சாஸ்திரம்
ஏ) கைத்தொழில், விவசாயம், தோட்டப் பயிற்சி, வியாபாரம்

ஐ) சரீரப் பயிற்சி
ஒ) யாத்திரை

பாரதியாரின் தேசியக் கல்வியைப் படித்துவிட்டு வெளியே வருகிறவர்கள் வெறும் காகிதப் பட்டங்களைச் சுமந்துகொண்டு திரியும் சோற்றுத் துருத்திகளாக இல்லாமல் வாழ்க்கைப் பிரச்சினைகளைத் திறமையுடன் எதிர்கொள்கிற, அன்றைய தேசிய இயக்கத்திற்குப் பயன்படுகிற விடுதலைவீரர்களாக உருவானார்கள் என்பது திண்ணம். பாரதி எவ்வளவு தூரம் விஞ்ஞான ரீதியாகச் சிந்தித்தார் என்பதற்கு அவரது ரசாயன சாஸ்திரியப் பாடத்திட்டத்தைப் பார்த்தீர்களானால் புரியும்.

நாம் முன்னரே பலமுறை வலியுறுத்தியிருப்பதைப் போல, பாரதி வகுத்த இந்தத் தேசியக் கல்வித் திட்டத்தின் முக்கியமான நோக்கம் அற்புதமான குடிமக்களை உருவாக்குவது மட்டுமல்ல; பண்பாட்டு உயிர்ப்பித்தலின் மூலம் அக் குடிமக்களின் மனத்தில் தேசிய உணர்வை ஊட்டுவது தான். அந்த நோக்கத்துடனேயே இந்து மதக் கல்வியையும், வரலாற்றில் வேத, புராண, பௌத்த ரஜபுதன காலச் சரித்திரங்களையும், அசோகன், ராமன், தர்மன் போன்ற வீரபுத்ரர்களின் சரித்திரத்தையும் பயிற்றுவிக்க வேண்டும் என பாரதி வலியுறுத்தினாலும், அவற்றிடையேயும், அவற்றை மீறியும் பாரதிக்கே உரித்தான முற்போக்கான கண்ணோட்டங்கள் ஆங்காங்கே மின்னுவதைக் காணலாம்: அவரது தேசியக் கல்வித் திட்டத்தில் வண்ண ஒளிவீசும் சில முத்துக்கள். (55)

> ஹிந்து தேச சரித்திரம் மாத்திரமேயல்லாது சௌகர்யப் பட்டால் இயன்றவரை அராபிய, பாரசீக, ஐரிஷ், போலிஷ், ருஷ்ய, எகிப்திய, இங்கிலீஷ்,ப்ரெஞ்சு, அமெரிக்க, இத்தாலிய, கிரேக்க, ஜப்பானிய, துருக்க தேசங்கள் முதலியவற்றின் சரித்திரங்களிலும் சில முக்கியமான கதைகளும், திருஷ்டாந்தங்களும் பயிற்றுக் கொடுக்க ஏற்பாடு செய்தால் நல்லது.

> ஆரம்ப பூகோளமும், அகண்ட சாஸ்திரமும், ஜகத்தைப் பற்றியும், சூரிய மண்டலத்தைப் பற்றியும், அதைச் சூழ்ந்தோடும் கிரகங்களைப் பற்றியும், நக்ஷத்திரங்களைப் பற்றியும், இவற்றின் சலனங்களைப் பற்றியும் பிள்ளைகளுக்கு இயன்றவரை தர்க்க ஞானம் ஏற்படுத்திக் கொடுக்க வேண்டும்.

● குடிகள் ராஜாங்கத்தைத் தம்முடைய நன்மைக்காகவே சமைக்கப்பட்ட கருவியென்று நன்றாகத் தெரிந்துகொள்ள வேண்டும். குடிகளுடைய இஷ்டப்படியே ராஜ்யம் நடத்தப்பட வேண்டும்.... ராஜாங்க காரியங்களெல்லாம் குடிகளால் நியமிக்கப்பட்ட பிரதிநிதிகளின் இஷ்டப்படியே நடத்தவேண்டும்.

● செல்வம் ஒரு நாட்டில் சிலருக்கு வசப்பட்டதால் பலர் ஏழைகளாக இருக்கும்படி செய்யும் வியாபார முறைகளைக் காட்டிலும், சாத்தியப்பட்டவரை அநேகரிடம் பொருள் பரவி இருக்கும்படி செய்யும் வியாபார முறைகள் மேன்மையாகப் பாராட்டத்தக்கனவாம்.

● சுவரில்லாமல் சித்திரமெழுத முடியாது. பிள்ளைகளுக்குச் சரீர பலம் ஏற்படுத்தாமல் வெறுமே படிப்பு மாத்திரம் கொடுப்பதால், அவர்களுக்கு நாளுக்கு நாள் ஆரோக்கியம் குறைந்து அவர்கள் படித்த படிப்பெல்லாம் விழலாகி, அவர்கள் தீராத துக்கத்துக்கும் அற்பாயுசுக்கும் இரையாகும்படி நேரிடும்.

● இந்தப் பள்ளிக்கூடங்களை ஒரு சில மனிதரின் பிரத்யேக உடமையாகக் கருதாமல், கோயில், மடம், ஊருணி முரலியன போல் கிராமத்தார் அனைவருக்கும் பொது உடைமையாகக் கருதி நடத்தவேண்டும். (நிர்வாக சபையினர், அனைவரும் பங்குபெறும் தேர்தல் மூலம் தேர்ந்தெடுக்கப்பட வேண்டும். எனவும் கூறுவர் பாரதி - ஆசிரியர்).

● இத்தகைய கல்வி கற்பதில் பிள்ளைகளிடம் அரையணாக்கூடச் சம்பளம் வசூலிக்கக் கூடாது. ஆண் மக்களுக்கு மட்டுமின்றி, இயன்றவரை பத்து வயது மட்டுமேனும் பெண் குழந்தைகளும் வந்து கல்வி கற்க ஏற்பாடு செய்யலாம்.

ஹிந்துக்களல்லாத பிள்ளைகள் இப்பாடசாலைகளில் சேர்ந்தால் அவரவர் மதக் கொள்கைகளை அன்னிய மத தூஷணை இன்றிப் பெருந்தன்மையாகக் கற்றுக் கொடுப்பதற்குரிய வழிகள் செய்யப்பட வேண்டும்.

இந்த நாட்டு மக்களின் வறுமைக்கும், சமுதாய அநீதிகளுக்குமான அடிப்படைக் காரணங்களைச்

சுட்டிக் காட்டி, அவற்றை ஒழித்துக கட்டுவதற்கான தத்துவத்தையும், உணர்வுகளையும் இந்நாட்டின் எதிர்காலக் குடிமக்களின் விருப்பத்துக்கேற்ப ஒரு கல்வித் திட்டத்தை பாரதியிட்ம் நாம் எரிர்பார்க்க முடியாது என்பதற்கு நாம் முன்னரே காரணங்களைச் சுட்டிக்காட்டியுள்ளோம். இந்துப் பண்பாட்டு மறுமலர்ச்சியை அடிப்படையாகக் கொண்ட ஒரு முற்போக்கான முதலாளித்துவ ஆதாரக் கல்வி முறையையே பாரதி காட்டுகிறார்.

இந்தப் பாடங்களை எந்த மொழியில் பயிற்றுவிக்க வேண்டும்? இந்தப் பிரச்சினையையும் மிகத் தெளிவாக ஆராய்ந்து, மிகச் சரியான வழியை பாரதி காட்டிவிட்டு போயிருப்பதையும் பாரதியை ஆராய்கிற யாரும் குறிப்பிட்டேயாக வேண்டும். தாய்மொழியிலேயே கல்வி இருக்க வேண்டும் என்பது பாரதி முடிவு.

தேச பாஷையின் மூலமாகவே இந்தச் சரித்திரப் படிப்பு மட்டுமேயன்றி மற்றெல்லாப் பாடங்களும் கற்பிக்கப்பட வேண்டுமென்பது சொல்லாமலே விளங்கும். *(56)*

என்றும்

தமிழ்நாட்டில் தேசியக் கல்வி என்பதாக ஒன்று தொடங்கி அதில் தமிழ் பாஷையை பிரதானமாக நாட்டாமல் பரும்பான்மைக் கல்வி இங்கிலீஷ் மூலமாகவும் தமிழ் ஒருவித உப பாஷையாகவும் ஏற்படுத்தினால், அது ‘தேசியம்’ என்ற மதத்தின் பொருளுக்கு முழுவதும் விரோதமாக முடியுமென்பதில் ஐயமில்லை. *(57)*

என்று தன் தேசியக் கல்வித் திட்டத்தில், பாடமொழி தமிழாகவே இருக்க வேண்டும் என அடித்துச் சொல்லும் பாரதி, பாடமொழியாகும் அளவிற்கு இந்திய மொழிகள் இன்னும் பக்குவப்படவில்லை என்று பச்சையப்பன் கல்லூரிப் பேராசிரியர் கே. சி. ரோலே என்பவர் ஆற்றிய உரையைக் கண்டு வெகுண்டு ‘ஹிந்து’ பத்திரிகைக்கு எழுதிய கடிதம் மிகவும் ரசமானது. பாரதி எவ்வளவு தூரம் அறிவுபூர்வமாகச் சிந்தித்து இந்த முடிவிற்கு வந்திருக்கிறார் என்பது அதில் தெளிவாகும்.

கல்வி போதிப்பதற்கு ஒருவனது சொந்தத் தாய் பாஷை மட்டுமே இயற்கையானதும் மனிதப் பண்பிற்கு ஏற்றதுமான

போதனா பாஷையாகும் (NATURAL AND HUMAN MEDIUM) என்பதே நமது முக்கிய வாதமாகும் யாராவது இதில் சந்தேகப்பட்டால் அவர் ஜப்பான், ஸ்காண்டிநேவியா, இங்கிலாந்து, இத்தால், மெக்ஸிகோ அல்லது மனிதரை மனிதராக மதிக்கும் எந்த ஒரு தேசத்திலுள்ள கல்வித்துறை வித்வான்களைப் போய் விசாரித்துப் பார்க்கட்டும். முக்கியமாக, தமிழ் தேசத்தைப் பொறுத்தமட்டில் அன்னிய பாஷையைப் பாட போதனைக்குப் பயன்படுத்துவது அதிர்ச்சியளிக்கக் கூடியதாகும். ஏனெனில் சரியாகவும், விஞ்ஞானபூர்வமாகவும் சொல்வதற்குத் தமிழ்பாஷை இங்கிலிஷ் பாஷையைவிடப் பல மடங்கு உயர்ந்ததாகும். இந்த உண்மையை ஸ்ரீமான் ரோலோ கொஞ்சமும் அறிந்துகொள்ளாமல் போனது இயற்கைதான்....

...தமது பள்ளிக்கூடங்களிலும், கலாசாலைகளிலும் இங்கிலீஷ் பாஷையை இரண்டாவது பாஷையாகச் சொல்லிக் கொடுப்பதில் நமக்கு ஆட்சேபணை இல்லைதான். எந்தப் பகுத்தறிவுள்ள இங்கிலீஷ்காரனும் இந்தச் சலுகையோடு திருப்தி பட்டுக்கொள்ள வேண்டியதுதான் என்று நினைக்கின்றேன். (58)

இதைவிடத் தெளிவாக ஒருவர் தாய்மொழிக் கல்வியின் இன்றியமையாமையை வலியுறுத்திவிட முடியுமா என்ன? அதோடு தமிழறிஞர்கள் கூடி அறிவியற் பதங்களுக்குச் சரியான தமிழ்ச் சொற்கள் காணவேண்டும் எனவும் பாரதி வலியுறுத்தியிருக்கிறார். (59)

மேலும் இந்தியாவில் படித்தவர்கள் பொது இடங்களிலும் கூட்டங்களிலும் ஆங்கிலத்தில் பேசுகிறதை பாரதி பல இடங்களில் கண்டித்திருக்கிறார். 'பொறுப்பென்பதே அற்ற சில மூட வாலிபர்கள் தாம் அரைகுறையாகக் கற்றிருக்கும் அன்னிய பாஷைத் தருக்கு மேலிட்டவர்களாகித் தமிழ்மொழியே இறந்துபோய்விட வேண்டுமென்று' கூறுவதை நன்றாகக் கண்டித்துப் பேசி இருக்கிறார். (60) "தமிழ் பாஷை ஒன்றுக்கும் பிரயோஜனமில்லை. இது சீக்கிரம் அழிந்தால்தான் நமது நாடு பிழைக்கும்" என்கிற ரீதியில் வாதாடுகிற ஒரு படித்த வாலிபனுக்கும் ஒரு தமிழ்ப் புலவனுக்கும் நடைபெறுகிற உரையாடலாக எழுதிய கட்டுரை

ஒன்றில் தமிழ்மொழி அவரது காலத்தில் வளர்ச்சி குன்றிப் போயிருந்ததற்கான நியாயங்களை மிக அழகாகப் பரிசீலிக்கிறார்.

"மனுஷ பாஷைகள் மனுஷ வாழ்க்கையோடு ஒட்டி உடன் வளர்கிற பொருள்களல்லவா?....

மனித அறிவு வளர்ச்சிக்குப் பாஷை ஒரு கண்ணாடி" *(61)*

என்று கூறி அந்திய ராஜாக்கள், தாரித்திரியம், சரீர பலக் குறைவு, நோய், உற்சாகமின்மை முதலிய காரணங்களால் தமிழ்நாட்டு ஜனங்கள் கொண்டுள்ள இழிவே பாஷை வளர்ச்சியிலும் பிரதிபலிக்கிறது என்கிறார். மனித வாழ்க்கைத்தரம் உயர உயர மொழியும் தானாகவே வளரும் என இயங்கியல் பார்வையோடு பாரதி கூறுவதைக் கண்டு நாம் வியந்து போகிறோம். பாரதி சொல்வார்:

நீராவியினால் ஓட்டப்படும் ரெயில் வண்டி இந்நாட்டிலே வழக்கமாய் இருக்கிறது. இப்போது பொதுஜனங்கள் அதற்கு வார்த்தை ஏற்படுத்திக் கொள்ளாமலா இருக்கிறார்கள்? மின்சார சக்தியால் தந்தி ஏற்படுத்தப்பட்டிருக்கிறது. அதற்குத் தமிழர்கள் வார்த்தை ஏற்படுத்திக் கொள்ளவில்லையா? கோவணம் இல்லாத நிர்வாண தேசத்தாரின் பாஷையிலே பட்டு அங்கவஸ்திரத்துக்குப் பெயர் கிடையாதென்றால் அதற்கு அவர்கள் பாஷையின்மேல் என்ன குற்றம் இருக்கிறது?" *(62)*

இவ்வாறு மொழியின் பலவீனங்களின் அடிப்படையைத் தொட்டதோடு இல்லாமல் அந்தப் பலவீனங்களை நெறிப்படுத்துவதற்காகவும் பல முயற்சிகளை பாரதி செய்துவிட்டுப் போயிருக்கிறார். தமிழில் இன எழுத்துகள் இல்லையே எனக் குறைபட்டு பாரதி கூறுகிறார்:

ஏற்கெனவே நான் இந்தக் குறையை நீக்கும் பொருட்டாக மிகவும் சுலபமாக ஐந்து நிமிஷங்களில் யாரும் கற்றுக்கொள்ளக்கூடிய சில குறிகள் தயார் செய்து வைத்திருக்கிறேன். ஆனால் இப் புதிய வழியைத் தமிழ்நாட்டுப் பத்திராதிபர்களும் பிறகும் அறியும்படி துண்டுப் பத்திரிகைகள் போட்டு வேலை செய்வதற்கு வேண்டிய சௌகர்யங்கள் எனக்கு இன்னும் சில மாதங்கள்

> கழிந்த பிறகுதான் ஏற்படும்... எனது புதிய முறையை இப்போதே அறிந்துகொள்ள விரும்புவோர் கீழே கண்ட என் விலாசத்துக்கு இரண்டணா தபால் முத்திரை வைத்தனுப்பினால் அவர்களுக்கு இம்முறையை நல்ல கையெழுத்தில் தெளிவாக எழுதி அனுப்புகிறேன். *(63)*

இதைப் படிக்கும்போது நம் மனம் நெகிழ்கிறது. மொழிக்கு வளமூட்டும் சுவைமிக்க ஆயிரமாயிரம் சொற்கோவைகளைப் படைத்துவிட்டுப் போனதேயன்றி காலத்தின் தேவைக்கேற்ப பொதுஉடைமை, புரட்சி, ஒத்துழையாமை, நவீனங்கள், மதுரகலைகள் போன்ற பல புதிய சொற்களைப் படைத்துத் தமிழை வளமாக்கினார்.

பத்திரிகைத் துறையிலும் பாரதி பல புதுமைகள் செய்துவிட்டுப் போயிருக்கிறார் சாதாரண மக்களும் எளிதில் புரிந்துகொண்டு ஆர்வமுடன் படிக்கிற வகையில் பல சுவையான சொற்கோலங்களைச் சிருஷ்டித்தார். 'வெள்ளை மூர்த்திகள்', 'ஐரோப்பிய பூஜை', 'கோட்டைக்குள்ளே குத்துவெட்டு' போன்றவை. அவை பத்திரிகைத் துறைக்கென உருவாக்கிய சொல்லோவியங்கள்.

மக்களிடம் பேசும்போது அவர்கள் மொழியில் பேச வேண்டும் என்பதற்கொப்ப, மக்கள் மொழியில் மக்களுக்குப் புரிகிற மாதிரி எழுதவேண்டும் என பாரதி மேற்கொண்ட முயற்சியே அன்றைய பேச்சுத் தமிழை ஒட்டிய அவரது நடை.

> கூடியவரை பேசுவது போலவே எழுதுவதுதான் உத்தமமென்பது என்னுடைய கக்ஷி. *(64)*

என்றும்,

> முதலாவது நீ எழுதப்போகிற விஷயத்தை இங்கிலீஷ் தெரியாத தமிழனிடம் வாயினால் சொல்லிக்காட்டு, அவனுக்கு நன்றாக அர்த்தம் விளங்குகிறதா என்று பார்த்துக்கொண்டு பிறகு எழுது. அப்போதுதான் நீ எழுதுகிற எழுத்து தமிழ்நாட்டுக்குப் பயன்படும். *(65).*

என்றெழுதுகிறபோதும் மக்களுக்குப் புரியவேண்டும் என பாரதி கொண்டிருந்த ஆதங்கம் நமக்குப் புரிகிறது. இலக்கணம் மீறாது எழுதும் பண்டிதர்களை அவர் கேலி செய்வதையும், தமிழ் பாஷையைச் சுலபமாக்கி எளிய நடை, எளிய பதங்களுடன்

காவியம் எழுத வேண்டும் என அவர் துடித்த துடிப்பையும் நாம் அவதானிக்க வேண்டும். இவ்வாறு மக்கள் மொழியில் இலக்கியம் படைக்கிற முயற்சியைப் புனைவியல் இயக்கத்தின் ஒரு கூறாக்கிப் பாரதியை ஒரு முற்போக்கான புரட்சிகரப் புனைவியல்வாதியாக வகைப்படுத்துவார் ஆராய்ச்சியாளர் தோதாத்திரி. நிலப்பிரபுத்துவ, பூர்ஷ்வா சமூக எதிர்ப்பு, தன்னுணர்ச்சிக்கு முதலிடம் கொடுத்தால், இலக்கண விதிகளை மீறுதல், பழமைநாட்டம் போன்ற புனைவியல் இயக்கத்தின் பல்வேறு அம்சங்கள் பாரதியிடம் எவ்வாறு காணக் கிடக்கின்றன எனச் சுட்டிக்காட்டி அவரது ஆய்வுக் கட்டுரை கவனிக்கத்தக்கது.

மக்கள் மொழியில் இலக்கியம் படைக்கத் துடித்த பாரதி, நல்ல தமிழ்ச் சொற்களைப் பயன்படுத்த வேண்டும் என்ற ஆசை நிரம்பியவராகவும் இருந்தார். 'லாட்ஜ்' என்கிற சொல்லுக்கு 'வசதி' என மொழிபெயர்த்திருப்பதிலிருந்தும் *(66)*, 'மெம்பர்' என்கிற சொல்லுக்குச் சரியான பதம் கிடைக்காமல் அவர் தவிப்பதிலிருந்தும் பாரதி உள்ளம் நமக்குப் புரிகிறது. *(67)*

அப்படி இருந்தும் பாரதியின் உரைநடையில் இத்தனை வடமொழிக் கலப்பு ஏன் என்கிற கேள்வி எழுவது இயல்புதான்.

> தம்பி நான் ஏது சொல்வேனடா! தமிழைவிட மற்றொரு பாஷை சுகமாக இருப்பதைப் பார்க்கும் போது எனக்கு வருத்தமுண்டாகிறது. தமிழனைவிட மற்றொரு ஜாதியான் அறிவிலும் வலிமையிலும் உயர்ந்திருப்பது எனக்கு ஸம்மதமில்லை. தமிழச்சியைக்காட்டிலும் மற்றொரு ஜாதிக்காரி அழகாக இருப்பதைக் கண்டால் என் மனம் புண்படுகிறது. *(68)*

என்று நெல்லையப்பருக்குக் கடிதம் எழுதிய பாரதியின் தமிழ்ப்பற்றை சந்தேகிக்க இடமில்லை. அதே காலகட்டத்தில் வாழ்ந்தவரும், தனித்தமிழ் இயக்கத்தின் தந்தை எனவும் போற்றப்படுகிற மறைமலை அடிகள் 'நல்ல தமிழ்' எழுதியபோது பாரதிக்கு என்ன வந்தது?

அடிகளும் அவரது ஞான குருவாகிய சுந்தரம்பிள்ளையும் தங்கள் நூல்களுக்கு ஆங்கிலத்தில் முன்னுரை எழுதியவர்கள். சுந்தரம்பிள்ளை ஆங்கில அரசிற்குச் சாதகமாக இருந்து பயன்

பல பெற்றவர். மறைமலை அடிகளோ, இது "நம் ஆங்கில அரசு, அவ்வரசிற்கு மாறாகக் கிளர்ச்சி செய்தல் தகாது" எனத் தனித் தமிழில் முழக்கியவர். (69) பாரதியோ, 'சிங்கம் நாய்தரக் கொள்ளுமோ நல்லரசாட்சியை' என்று சீறிச் சினந்து களம் புகுந்தவர். மக்களிடையே இயக்கம் கட்டித் தேசியத்தை வளர்க்க நேர்ந்தவருக்குத்தானே மக்கள் மொழியில் பேசவேண்டிய அவசியம் ஏற்பட்டிருக்கும்.

எனினும்,

> இயன்றவரையில் தமிழிலே பேசுவேன். தமிழிலே எழுதுவேன்,
> சிந்தனை செய்வது தமிழிலே செய்வேன்.(70)

என்று பிரதிக்கினை எடுத்துக்கொண்ட பாரதிதான் இந்தியாவிற்குப் பொதுபாஷை என்னவாயிருக்கலாம் என்ற கேள்வி வந்தபோது ஸமஸ்கிருதத்தைப் பொது பாஷையாகப் பரிந்துரை செய்தவர். 'பொதுவான ஒரு மொழிகூட இல்லாத உங்களுக்குச் சுயாட்சி ஒரு கேடா? என்று கேட்ட ஏகாதிபத்திய ஆட்சியாளர்களுக்குச் சுட்டிக் காட்ட ஒரு பொதுமொழியைத் தேடியபாரதி, வடமொழியைப் பொதுமொழியாகத் தேர்வு செய்தது அவரது இயக்கத்தின் இந்து மறுமலர்ச்சித் தத்துவப் பின்னணியின் விளைவுதான் என்பதைச் சொல்லவும் வேண்டியதில்லை.

மேனாட்டுக் கலாச்சாரத்திற்கு எதிராகக் கீழைத் தேயக் கலாச்சாரத் தைத் தூக்கிப்பிடிக்க நேர்ந்தபோதும் முரட்டுத்தனமாகவோ, அறிவுக்கு முரணான முறையிலோ, ஆங்கிலக் கலாச்சாரத்தைப் பாரதி இழிவாகப் பேசியதில்லை. சுருட்டுப் பிடித்தல், சாராயங் குடித்தல், பெண்களைத் தம் இஷ்டப்படி பரபுருஷருடன் பேசவும் பழகவும் இடங்கொடுத்தல் போன்றதெல்லாம் ஐரோப்பிய நாகரிகத்தின் கெட்ட வடிவங்களென்றும் ஆதலின் இவற்றை நீக்கிவிட வேண்டுமென்றும் கூறப்பட்ட வாதங்களை பாரதி கடுமையாக மறுக்கிறார். (71). சரீர ஸெளகரியங்களைக் கருதியும் அலங்காரத்தின் பொருட்டாகவும் ஒரு தேசத்தார் ஏற்படுத்திக்கொள்ளும் வழக்கங்களைப் பெரிதுபடுத்த வேண்டா மென்றும் கூறும் பாரதியார் ஐரோப்பியக் கலாச்சாரமானாலும் தேவைப்பட்டதை நாம் ஏற்றுக்கொள்வதில் தவறில்லை என்கிறார்.

இசை, நாடகம் போன்ற துறைகளிலும் பாரதியின் கண்ணோட்டங்கள் காலத்தைமீறி முற்போக்கானதாகவே

இருந்திருக்கின்றன. 'ஸங்கீத விஷயம்' என்கிற கட்டுரையில் புரியாத மொழியில் ஒரேமாதியாகப் பாடப்பட்டு வந்த அன்றைய இசையைப்பற்றி பாரதி அழகாக நையாண்டி செய்கிறார்:

"நானும் பிறந்ததுமுதல் இன்றுவரை பார்த்துக்கொண்டே வருகிறேன். பாட்டுக்கச்சேரி தொடங்குகிறது. வித்வான் 'வாதாபி கணபதிம்' என்று ஆரம்பஞ் செய்கிறார். 'ராமநீ ஸமான மெவரு', 'மரியாத காதுரா', 'வரமு லொஸகி'... ஐயையோ, ஐயையோ, ஒரே சுதை.

"எந்த ஜில்லாவுக்குப் போ, எந்த கிராமத்திற்குப் போ, எந்த 'வித்வான்' வந்தாலும் இதே கதைதான். தமிழ்நாட்டு ஜனங்களுக்கு இரும்புக் காதாக இருப்பதால், திரும்பத் திரும்பத் திரும்பத் திரும்ப ஏழெட்டுப் பாட்டுக்களை வருஷக் கணக்காகக் கேட்டுக் கொண்டிருக்கிறார்கள். தோற்காது உள்ள தேசங்களிலே இந்தத் துன்பத்தைப் பொறுத்துக்கொண்டிருக்க மாட்டார்கள்.

...புதியபுதிய கீர்த்தனங்களை வெளியே கொண்டு வரவேண்டும். இப்போது ஸங்கீத வித்வானிலே தலைமைப்பட்டிருப்போர் தமிழிலே புதிய மெட்டுகளில் கீர்த்தனங்கள் செய்ய முயலவேண்டும். (72)

தமிழில் முற்போக்கு இலக்கிய ரசனையின் முன்னோடியான ஜீவா (ப.ஜீவானந்தம்) அவர்கள் ஒரு மகாகவியை அளக்க வேண்டிய அளவுகோலின் இரண்டு அம்சங்களாக இவற்றைச் சொல்வார்:

1. புதிய கற்பனை முறைகளையும், கவிதையில் புதிய நடை-உடைகளையும் காலத்திற்கேற்ற கருத்து லட்சியங்களையும் தனது படையலில் இன்றியமையாதவைகளாகக் கொண்டு வந்திருக்கின்றானா என்று பார்க்க வேண்டும்.

2 தன் கால சக்திகளால் ஒரு கவி உருவானபோதிலும் தன் காலத்திற்கு அதீதமான லட்சியங்களைப் படைக்கும் ஆற்றல் பெற்றவனாயிருக்கிறானா என்று பார்க்க வேண்டும். (73)

இந்த அளவுகோலை வைத்துக்கொண்டு பார்க்கும்போது பாரதி மகாகவிதான். தன் காலத்தைத் தாண்டிய இலட்சியங்களை அவர் பல துறைகளிலும் படைத்துத் தன் காலத்தை மீறி நிற்கிறார். எனினும் இன்றைக்கும் அவை எல்லாமே அப்படியே

பொருந்தும், போதும் என்று எப்படிச் சொல்ல முடியும் என்று ஒருவர் கேட்கலாம். சற்று சிந்தித்துப் பார்த்தால் இது பாரதிக்கு மட்டுமல்ல. உலகின் மகத்தான சிந்தனையாளர்கள் உட்பட யாருக்குத்தான் பொருந்தும்? எல்லாம் மாறும் என்பதுதான் இயற்கையின் நியதி. அதைத்தான் இயக்கவியல் என்கிறோம். இந்தப் பின்னணியிலிருந்து நோக்கும்போதுதான் பாரதியின் முக்கியத்துவத்தை நாம் விளங்கிக் கொள்ள முடியும். பாரதி காலத்தை மீறி நின்றவர் என்பதற்கு ருஷ்யப் புரட்சியை அவர் சரியாக அடையாளம் கண்டு வாழ்த்தி வரவேற்றது உட்பட இன்னும் எத்தனையோ சொல்ல இயலும்.

அடிக் குறிப்புகள்:

1. MARX-ENGELS-ON LITARATURE AND ART- P. 84.
2. IBID-P. 20.
3. ரஜனி பாமி தத்-இன்றைய இந்தியா - பக். 473.
4. BID-P. 472.
5. இளசை மணியன்-பாரதி தரிசனம் - 2 - பக். 177
6. பாரதியார் கட்டுரைகள்-பூம்புகார் - பக். 354, 355.
7. ப. கோதண்டராமன்-புதுவையில் பாரதி - பக். 23.
8. பாரதி நூற்றண்டுச் சிறப்பிதழ்-தாமரை டிச, '81 பக். 227.
9. IBID - P. 226, 227.
10. பாரதியார் கட்டுரைகள்-பூம்புகார் - பக். 360.
11. IBID - P. 361.
12. IBID-P. 373.
13. IBID - P..378
14. IBID - P. 382.
15. IBID - P. 384.
16. IBID - P. 384.
17. 1BID P. 372,
18. IBID-P. 385.
19. IBID - P. 386.
20. IBID P. 387.

21. IB D-P. 388.
22. வே. ஆனைமுத்து-பெரியார் ஈ.வெ.ரா. சிந்தனைகள் 3 பக். 1716.
23. IBID - P. 1718.
24. IBID - P. 1718.
25. IBID - P.1719.
26. IBID - P. 1720.
27. IBID - P. 1739.
28. IBID - P. 1744.
29. பாரதியார் கட்டுரைகள்-பூம்புகார் - பக். 59.
30. ரா.அ.ப.-பாரதி புதையல்-2 - பக். 105.
31. பாரதியார் கட்டுரைகள்-பூம்புகார் - பக். 362.
32. பாரதியார் கட்டுரைகள்-பூம்புகார் - பக். 362.
33. பாரதியார் கவிதைகள்-வானவில் -பக்.614.
34. பாரதியார் கட்டுரைகள்-பூம்புகார் - 129.
35. பெண் விடுதலை - ஞானபாரதி - பக். 58. (காமன் வீல்' ஆங்கிலப் பத்திரிக்கையில் 1915ம் ஆண்டு ஏப்ரல் 30-ம் நாள் எழுதிய 'WOMEN'S FREEDOM' என்ற ஆங்கிலக் கட்டுரையின் ஒரு பகுதி. தமிழாக்கம்: ஆசிரியர்கள்).
36. IBID P. 60. (மேற்குறிப்பிட்ட அதே பத்திரிகையில், அதே நாளில் எழுதிய 'LOVE AND MARRIAGE' என்ற கட்டுரையின் பகுதி. தமிழாக்கம்: ஆசிரியர்கள்.)
37. ரஜனி பாமி தத்-இன்றைய இந்தியா - பக். 405.
38. ரா.அ.ப.-பாரதி புதையல்-1 - பக். 125.
39. பாரதியார் கட்டுரைகள்-பூம்புகார் - பக். 127
40. IBID - P. 132, 133.
41. IBID - P. 296.
42. V. I. LENIN-ON LITERATURE - P. 196.
43. பாரதியார் கட்டுரைகள் -பூம்புகார் - பக். 196.
44. சுத்தானந்த பாரதியார் - கவிக்குயில் பாரதியார் . பக். 16.
45. பெண் விடுதலை - ஞானபாரதி - பக்.50
46. பாரதியார் கட்டுரைகள்-பூம்புகார் - பக். 131.
47. IBID - P. 144.

48. IBID - P. 140, 141.
49. IBID - P.313.
50. IBID - P. 158.
51. பெண்விடுதலை-ஞானபாரதி பக். 56.
52. ரா.அ.ப.-பாரதி புதையல் - 1 - பக். 118.
53. IBID - P. 119'
54. பாரதியார் கட்டுரைகள்-பூல்புகார் - பக். 293
55. IBID P. 293, 311.
56. IBID - P. 298.
57. IBID - P.296.
58. பாரதி நூற்றாண்டுச் சிறப்பிதழ்-தாமரை, டிச. 81 பக். 200.(1916ம் ஆண்டு அக்டோபர் மாதத்தில் எழுதப்பட்டது. ஆங்கிலத்திலிருந்து தமிழாக்கம் செய்தது-ஆசிரியர்கள்)
59. E.F. IRSCHICK - POLITICS AND SOCIAL CONFLICTS IN SOUTH INDIA - P. 304.
60. ரா.அ.ப.பாரதி புதையல்-1 - பக். 99.
61. IBID - P. 109.
62. IBID - P.110.
63. IBID - P. 106.
64. பாரதியார் கட்டுரைகள்-பூம்புகார் - பக். 252.
65. IBID - P.268.
66. ரா.அ.ப.-பாரதி புதையல்- 2 - பக். 5.
67. பாரதியார் கட்டுரைகள்-பூம்புகார் - பக். 192.
68. ரா.அ.ப.-சித்திர பாரதி - பக். 96,
69. க. கைலாசபதி—ஒப்பியல் இலக்கியம் - பக்.276.
70. கா.சிவத்தம்பி - தனித்தமிழ் இயக்கத்தின் அரசியற் பின்னணி - பக். 152.
71. பாரதியார் கட்டுரைகள் -பூம்புகார் - பக். 152.
72. IBID - P. 272, 273,
73. ப. ஜீவானந்தம்-பாரதி வழி - பக். 96.

பின்னுரை

தேடிச் சோறு நிதந்தின்று - பல
சின்னஞ் சிறுகதைகள் பேசி - மனம்
வாடித் துன்பமிக வுழன்று - பிறர்
வாடப் பலசெயல்கள் செய்து - நரை
கூடிக் கிழப்பருவ மெய்தி - கொடுங்
கூற்றுக் கிரையெனப் பின்மாயும் - பல
வேடிக்கை மனிதரைப் போல - நான்
வீழ்வே னென்றுநினைத் தாயோ?

என்று முழங்கி, தமிழ் இலக்கிய வரலாற்றில் ‘பாரதி யுகத்தை’ப் படைத்த அந்த மகாகவியின் படையல்களைச் சமூகவியல் நோக்கில் ஆராய்கிற முயற்சியில் ஓரடி எடுத்து வைத்துள்ளோம். இத்தகைய ஒரு முயற்சி, பாரதி நூற்றாண்டில் நடக்கவேண்டும் எனத் தமிழ் இலக்கிய ஆய்வில் புதுயுகம் படைத்த பேராசியர் கலாநிதி கைலாசபதி அவர்கள் முன்னொரு தருணத்தில் குறிப்பிட்டதும் நம் நினைவில் நிழலாடுகிறது. இந்த நமது முயற்சியுடன் அந்தத் திசையில் பயணம் முடிவடைந்து விடவில்லை. எடுத்து வைக்க வேண்டிய அடிகள் இன்னும் ஏராளமாக உள்ளன. அவற்றிற்கெல்லாம் ஆதாரமாக, கால அடைவில் பாரதி நூற்களைப் பதிப்பிக்க வேண்டியதும், பாரதி படைப்புகளுக்கு ஒரு சொல்லடைவு தயாரிப்பதும் உடனடித் தேவைகளாக இருக்கின்றன. ஆரவாரமான விழாக்களுக்கு மத்தியில் இவ்விரண்டு துறைகளிலும் பாரதி

நூற்றாண்டில், பாரதி ஆராய்ச்சியாளர்கள் முயலுவது அவசியம்.

ஓர் அரசியல்வாதி, பத்திரிகையாளர், சாதிக் கொடுமைகளையும் பெண்ணடிமையையும் சாடிய சமூக சீர்திருத்தவாதி, எண்ணற்ற பல இலக்கிய வடிவங்களை முயற்சித்து வெற்றிகொண்ட மறுமலர்ச்சி எழுத்தாளர்–

ஓ! பாரதீ– நீங்கள் தொட்டுச் சிறந்த துறைகள்தான் எத்தனை! எத்தனை!! ஒவ்வொரு கோணத்திலும் அந்த மகாகவியை ஆராய வேண்டியதுதான் எனினும், அத்தனை ஆய்வுகளுக்கு மத்தியிலும் நாம் ஒன்றை நினைவில் கொள்ள வேண்டும். அரசியல்வாதி, பத்திரிகையாளர், சீர்திருத்தவாதி, மறுமலர்ச்சியாளர்– இத்தனைக்கும் மத்தியில் பாரதி ஒரு கவிஞன்! மகா கவிஞன்! 'இன்னமுதைக் காற்றினிடை எங்கும் கலந்ததுபோல், மின்னற் சுவைதான் மெலிதாய், மிகவினிதாய் வந்து பரவுதல் போல், முன்னிக் கவிதை வெறி மூண்டே நனவழிய இன்னிசைத் தீம்பாடல்' இசைத்திட்ட அந்தக் கவிக் குயிலிடம் ஆழ்ந்திருக்கும் கவியுள்ளத்தைத் தேர்ந்தறிய வேண்டும். 'கல்வி கேள்விகளில் நிறைந்த சிரேஷ்டர்களுக்காக இலக்கியம் படைத்து ஏகாதிபத்திய ஆட்சியாளர்களிடம் இலக்கியகர்த்தாக்கள் 'சர்,' 'ராவ்பகதூர்', 'மகோ மகோபாத்யாயப்' பட்டங்களை வாங்கிக் குவித்துக் கொண்டிருந்த காலத்தில், 'ஓரிரண்டு வருஷத்து நூற்பழக்கமுள்ள தமிழ் மக்களுக்காக எளிய பதங்கள், எளிய நடை, பொது ஜனங்கள் விரும்பும் மெட்டில்' இசைபாடிச் சென்ற குயில் அது.

அந்தக் குயில் இசைத்த இசையில் தோன்றிய சுருதி மாறுபாடுகளைச் சொல்லவேண்டியது எத்தனை முக்கியமோ அத்தனை முக்கியம், அவ்வளவு முரண்பாடுகளுக்கு மத்தியிலும் சோராமல் இழைந்து, வானளாவச் சிறகடித்துப் பறந்து இந்த வையத்தைத் தழுவிய அந்த மகாகவியின் மனிதநேயத்தை உணர்ந்தேத்துவது. ஓரிரண்டு இலக்கியச் சூத்திரங்களை வைத்துக்கொண்டு 'இது நொள்ளை' 'அது சொத்தை' என்று சண்டப் பிரசண்டம் செய்யும் இலக்கியச் சட்டாம்பிள்ளைகளால் அது முடியாது. அதனால்தான் கார்க்கி ஒரு முறை சொன்னார்: ஒரு வரலாற்றாசிரியனையும், விமரிசகனையும் விட எப்போதும் ஒரு கலைஞனைப் புரிந்துகொள்ள ஒரு கலைஞனால் மட்டுமே முடியும் என்கிற முடிவை வலுவூட்டவே செய்கின்றன."

இதை நாம் எடுத்துக் காட்டுவதனால் ஏதோ வரலாற்றாசிரியர்களும், விமரிசகர்களும் இலக்கியம் பற்றிப் பேசக் கூடாது என்று பொருளல்ல; கவி உள்ளத்தைத் தேடி உணர்வதன் முக்கியத்துவத்திற்கு கார்க்கி கொடுத்த அழுத்தத்தைச் சுட்டிக் காட்டத்தான். அத்தகைய பரிவு நிறைந்த கவி உள்ளத்தைத்தான் மார்க்ஸ், எங்கல்ஸ், மாமேதை லெனினிடமும் நாம் தரிசிக்கிறேம்.

எந்தச் சாதியில் பிறப்பது என்பதைத் தெரிவு செய்துகொள்ளும் உரிமை மனிதனுக்குக் கிடையாது. பிராமண சாதியில் பிறந்தாலும், தன் காலத்தில் முகிழ்க்கத் துவங்கி இருந்த பிராமண இயக்கமாகிய 'வர்ணாசிரம தர்ம இயக்கத்திலிருந்து எத்தனை தூரம் விலகி நின்று, அதனை பாரதி சாடியுள்ளார். அதேபோல பாரதியின் பலவீனங்களுக்கு நியாயங்கள் கற்பிக்க வேண்டியதும் இல்லை.

ருஷ்யப் புரட்சியைச் சரியாக அடையாளம் கண்டு "ஆகாவென்று எழுந்து யுகப் புரட்சி" என அதை முழங்கி வரவேற்றவர் என இங்கு அவரைத் தவிர யாரைச் சொல்ல முடியும். இந்த மண்ணில் பிறந்த "முப்பது கோடிச் சனங்களின் சங்கம் முழுமைக்கும் பொது உடைமை" என அக் காலத்தில் வேறு யார் முழங்கி இருக்க முடியும்! அது மட்டுமா! அதைத் தடுத்து நிறுத்த தெய்வமே மேற்கொண்டாலும் அதைப் படுத்து மாய்த்து பாரில் வெற்றியைக் காண்போம் - என்றெல்லாம் அன்று வேறு யார் முழங்கி இருக்க முடியும். மனிதர் உணவை மனிதர் பறிக்கும் வழக்கமற்ற, மனிதர் நோக மனிதர் பார்க்கும் வாழ்க்கையற்ற, தனி ஒருவனுக்கு உணவில்லை எனில் ஜகத்தினை அழிக்கும் திராணி பெற்ற ஒரு சமூகத்தைக் கனவு கண்ட அந்த மகா கவியை எனக்கு ஆக இளம் வயதில் அறிமுகம் செய்த எனது இந்த முதல் நூலை சுமார் நாற்பது ஆண்டுகளுக்குப் பின் சில அவசியமான திருத்தங்களுடன் சற்றே சுருக்கி உங்கள் முன்வைக்கின்றேன்.

துணை நூற்பட்டியல்

பாரதி நூல்கள்:

பாரதியார் கவிதைகள் (பதிப்பாசிரியர்கள் : டி.வி.எஸ்.மணி, சீனி-விசுவநாதன்)- வானவில் பிரசுரம். சென்னை, 1981.

பாரதியார் கட்டுரைகள் - பூம்புகார் பிரசுரம், சென்னை, 1977.

பாரதியார் கதைகள் - பூம்புகார் பிரசுரம், சென்னை, 1977.

பாரதி தரிசனம், இரண்டாம் பாகம் (தொகுப்பு ஆசிரியர்: இளசை மணியன்) - நியூ செஞ்சுரி புக் ஹவுஸ், சென்னை, 1977.

பாரதி புதையல், முதல்பாகம் (தொகுப்பு ஆசிரியர்: ரா. அ. பத்மநாபன்) - அமுத நிலையம், சென்னை. 1978.

பாரதி புதையல், இரண்டாம் பாகம் (தொகுப்பு ஆசிரியர் : ரா.அ. பத்மநாபன்) - அமுத நிலையம், சென்னை, 1959.

பெண் விடுதலை (தொகுப்பு: கல்பனா) - ஞான பாரதி, ஈரோடு, 1981.

பாரதி தமிழ் (தொகுப்பு: பெ. தூரன்)

பாரதி பற்றிய நூல்கள் :

கோதண்டராமன், ப - புதுவையில் பாரதி - பழனியப்பா பிரதர்ஸ், திருச்சி, 1980

சுத்தானந்த பாரதியார் - கவிக்குயில் பாரதியார் - சைவ சித்தாந்த நூற்பதிப்புக் கழகம், திருநெல்வேலி 1970.

பத்மநாபன், ரா.அ. சித்திர பாரதி - அமுத நிலையம், சென்னை. 1957

ராஜகோபாலன், கு.பா.சிட்டி - கண்ணன் என். கவி. - பூங்கொடி பதிப்பகம், சென்னை, 1981.

வ.ரா. மகாகவி பாரதியார் - சக்தி காரியாலம், சென்னை. 1956.

ஜீவானந்தம், ப - பாரதி வழி - நியூ செஞ்சுரி புக் ஹவுஸ், சென்னை. 1964.

இதர நூல்கள்:

Marx, K. & Engels, F - On Literature and Art-Progress Publishers, Moscow, 1978.

Lenin, V. I.-On Literature and Art-Progress Publishers, Moscow. 1970.

Lenin, V. I-On Religion-Progress Publishers, Moscow, 1974.

Gorky, Maxim- On Literature - Progress Publishers. Moscow.

ரஜனி பாமி தத் - இன்றைய இந்தியா - நியூ செஞ்சுரி புக் ஹவுஸ், சென்னை, 1978.

Romilla Thapar, Harbans Mukhia & Biban chandra - Communalisim and the writing of Indian History Peoples Publishing House, New Delhi, 1981.

Dilip Bose-Bhagvad Gita and our Freedom Movement- Peoples Publishing House, New Delhi, 1981,

[11:36 pm, 17/03/2023] Selva: 134

பிபன் சந்திரா, அமலேஷ் திரிபாதி & பாடுன்டே (தமிழில்: கா.திரவியம்) — சுதந்திரப் போராட்டம் நேஷனல் புக் ட்ரஸ்ட், புதுடெல்லி, 1973.

1. க. கைலாசபதி -'செய்யவேண்டியவை, செய்யக் கூடியவை'?-கல்பனா, மே' 81.

attabhi Staramayya, B. - The History of the Indian National Congress-Published by the Congress Working Committe, 1936.

Pavlov V.I.-Historical Premises for Iodia's Transition to Capitalism-Nauka",

Moscow, 1979.

பெரியார் ஈ.வெ. ரா. சிந்தனைகள், மூன்றாம் தொகுதி (பதிப்பாசிரியர்: வே. ஆனைமுத்து) - சிந்தனையாளர் கழகம், திருச்சி, 1974.

Irschick, Engene F.-Politics and Social Conflicts in South India-Oxford University Press, Bombay, 1969.

சிவத்தம்பி, கா. -தனித்தமிழ் இயக்கத்தின் அரசியற் பின்னணி- சென்னை புக் ஹவுஸ், சென்னை, 1979.

கைலாசபதி, க.- ஒப்பியல் இலக்கியம் - பாட்டாளிகள் வெளியீடு, சென்னை. 1978.

சிவஞானம், ம, பொ.-வள்ளலார் கண்ட ஒருமைப்பாடு,

இதழ்கள்

பாரதி நூற்றாண்டு சிறப்பிதழ்-தாமரை, டிச. 181.

தோதாத்ரி, எஸ்.-'முற்போக்கான புரட்சிகர புனைவியல்வாதி பாரதி' - தாமரை, செப் 81,

கைலாசபதி, க.-'செய்யவேண்டியை செய்யக்கூடியவை - கல்பனா. மே '81

இரண்டாம் பாகம்

இவையும் பாரதிதான்

ஒன்று
நபிகள் நாயகம் குறித்து பாரதி

(ஒரு நான்காண்டுகளுக்கு முன் வேடசெந்தூரில் மிலாடி நபியை ஒட்டிய ஒரு சொற்பொழிவுக்காக சிலவற்றை நான் படித்துக்கொண்டிருந்தேன். அப்போது பாரதியார் எழுதிய கட்டுரை ஒன்று என் கண்ணில் பட்டது. அதிலிருந்து ஒரு பகுதி.

"20-6-1920, ஞாயிற்றுக்கிழமை மாலையில், பொட்டல் புதூரிலே தெற்குப் புதுமனைத் தெருவில், எல்லா வகைகளிலும் பெருமை பொருந்திய ஒரு முஸ்லீம் ஸபையின் முன்னே, 'இஸ்லாம் மார்க்கத்தின் மஹிமை' என்ற விஷயத்தைக் குறித்து ஸ்ரீமான் சி. சுப்பிரமணிய பாரதியார் செய்த பிரசங்கத்தின் ஸாரம்" என்கிற தலைப்பிட்ட நூலில் வெளிப்படும் பாரதியின் கருத்துகள் சில. எனக்கு முதல் முதல் இஸ்லாம் மார்க்கத்தில் அன்பு உண்டானதன் காரணம் பின்வருமாறு என பாரதி தொடங்குகிறார்:)

பல வருஷங்களின் முன்பு நான் ஒரு ஆங்கிலேய பண்டிதர் எழுதிய புஸ்தகமொன்றைப் படித்துக்கொண்டிருந்தேன். அதில் முஹம்மது நபியின் சரித்திரத்தைக் குறித்த சில விஷயங்கள் காணப்பட்டன. அவற்றைப் படித்துப் பார்த்தபோது, நான் அற்புதமுண்டாகிப் பரவசமடைந்தேன்.

மக்கா நகரத்தில், பூஜாரிகளின் ஸபை கூடியிருக்கிறது. பிரம்மாண்டமான ஸபை. நாட்டிலுள்ள பூஜாரிகள் அத்தனை பேரும் சேர்ந்து கூடும் வருஷாந்தக் கூட்டம் திருவிழாக் காலத்தை ஒட்டி நடந்தது. முஹம்மது நபி மேற்படி பூஜாரிகளின் வம்சத்தில் பிறந்தவர். அரபி தேசத்து ஜனங்கள் அந்தக் காலத்தில் விக்கிரக ஆராதனையிலும் பல தேவ உபாஸனையிலும் தற்காலத்தில் ஹிந்துக்கள் எத்தனை மூழ்கிக்கிடக்கிறார்களோ, அத்தனை மூழ்கிக் கிடந்தார்கள். அவர்களிடையே முஹம்மது நபியின் குடும்பத்தார் கோவிற் குருக்களையும் பட்டர்களையும் ஒத்திருந்தனர். இவர்களுடைய வைதிக கோஷ்டியின் ஸபைக்கு நடுவே முஹம்மது நபி எழுந்து நின்று சொல்லுகிறார்:

“நான் அல்லாவை நேரே பார்த்திருக்கிறேன். அவர் என்னைத் தமது முக்கிய பக்தராகவும் பிரதிநிதியாகவும் நியமனம் செய்திருக்கிறார். நீங்கள் இனிமேல் அவரைத் தொழுங்கள். அவரை மாத்திரம் தொழுதால் போதும். கடவுள் ஒருவர்தான் இருக்கிறார். பல ஈசுவரர் இல்லை. ஈசனைத் தவிர ஈசன் வேறில்லை. ‘லா இலாஹா இல் அல்லா’. அல்லாவைத் தவிர வேறு அல்லா கிடையாது. (அரபி பாஷையில் அல்லா என்ற பதத்திற்குக் கடவுள் என்று அர்த்தம்) அவர் நம்மைப்போல் தோலுடம்பும் கைகால் முதலிய உறுப்புக்களும் உடையவரல்லர். அவரைச் சிலைகள் வைத்துத் தொழுவதிலும் அவருக்கு உங்களுடைய ஆகாரங்களை நைவேத்தியம் பண்ணுவதிலும் பயனில்லை. அவர் எல்லாவற்றையும் படைத்து எல்லாவற்றையும் இயக்கிக் காத்து எல்லாவற்றையும் வடிவு மாற்றிக்கொண்டிருக்கிறார். அவர் எல்லாவற்றையும் தம்முடைய உடம்புகளாகவும் தம்முடைய ரூபங்களாகவும் உடையவர். அறிவு வடிவமாக நிற்பவர். அருள் வடிவமாக நிற்பவர். அவரை மனமாகிய கோயிலில் நிறுத்தி, வீரியம் பக்தி என்ற பூக்களால் அர்ச்சிப்பதே சரியான பூஜை. இடைவிடாமல் அசையாமல் அவரிடம் தீராத மாறாத பக்தி செலுத்துங்கள். அவ்விதமான பக்தி “இஸ்லாம்” என்று சொல்லப்படும். இந்த இஸ்லாமைத் தரித்திருப்போர் நித்தியானந்த வாழ்க்கையாகிய முக்தி வாழ்க்கையை எய்துவார்கள். ஆதலால், நீங்கள் இந்தப் புராதனக் கிரியைகளையும் கொள்கைகளையும் விட்டுவிட்டு என் மதத்தில் சேர்ந்து அல்லாவின் திருவடி நிழலை அடைந்து வாழ முற்பட்டு வாருங்கள்”

என்று முஹம்மது நபியாண்டவர் திருவாய் மலர்ந்தருளினார்.

இதைக் கேட்ட மாத்திரத்தில் அங்கிருந்த பெருச்சாளிக் குருக்களெல்லோரும் தங்கள் சிஷ்யர் ஸஹிதமாக முஹம்மது நபியைப் பரிஹாஸம் பண்ணினார்கள். அந்தச் சமயத்தில் முஹம்மது நபி (ஸல்லல்லாஹு அலை ஹிவஸல்லம்) அவர்களின் மருமகனாகிய அலி என்பவர் எழுந்து, “மாமா, உங்கள் கொள்கையை யார் நம்பினாலும் சரி, நம்பாவிட்டாலும் சரி, நான் நம்புகிறேன். லா இலாஹா இல் அல்லா, முஹம்மதுர்ரஜூல் உல்லா, அல்லாவைத் தவிர வேறு கடவுள் இல்லை. அவருக்குச் சிறந்த நபி முஹம்மது” என்று பிரதிக்கினை செய்து கொடுத்தார். இது ஒரு செய்தி.

(‘இனி அடுத்தது..’ எனக் கட்டுரை தொடர்கிறது. இதை யார் சொன்னார் எனக் கண்டுபிடியுங்கள் பார்க்கலாம் என நான் முகநூலில் பதிந்தபோது நண்பர் ஜாபிர் பார்கவி, “பாரதியார் என்று நினைக்கிறேன்’ என்று பதிலிறுத்தார். வரலாற்றைச் சின்னச்சின்ன மாற்றங்களுடன் எழுதியிருக்கிறார். என்றாலும் வெகு அருமை. அச்சமயத்தில் அலீ அவர்கள் மருமகன் அல்ல. தம்பி முறைதான். பிறகுதான் மருமகன் ஆனார்கள்” என விளக்கிக் கடிதம் ஒன்றையும் எனக்கு அனுப்பி இருந்தார். அவருக்கு எம் நன்றிகள். தலைப்புக்குப் பொருத்தமான கட்டுரைகள் மட்டும் தேர்வு செய்யப்பட்டுள்ளன. பாரதி காலச் சொற்களிலும் மாற்றங்கள் ஏதும் செய்யப்படவில்லை. ஒரு கட்டுரையில் உள்ள ஒரு வரி மட்டும் நீக்கப்பட்டுள்ளது. அ,மா.)

இரண்டு

புரட்சிக்குப் பிந்தைய ருஷ்யாவைக் கொண்டாடும் பாரதி
நவீன ருஷ்யாவில் விவாக விதிகள் குறித்து

ருஷ்யாவில் ஜார் சக்ரவர்த்தியின் ஆட்சி பெரும்பாலும் ஸமத்வக் கக்ஷியார் அதாவது போல்ஷிவிஸ்ட் கக்ஷியாரின் பலத்தாலே அழிக்கப்பட்டது. எனினும் ஜார் வீழ்ச்சியடைந்த மாத்திரத்திலே அதிகாரம் போல்ஷிவிஸ்ட்களின் கைக்கு வந்துவிடவில்லை. அப்பால் சிறிது காலம், முதலாளிக் கூட்டத்தார் கெரன்ஸ்கி என்பவரைத் தலைவராக நிறுத்தி, ஒருவிதமான குடியரசு நடத்தத் தொடங்கினார்கள். ஆனால் கெரன்ஸ்கியின் ஆட்சி அங்கு நீடித்து நடக்கவில்லை. இங்கிலாந்து, ப்ரான்ஸ் முதலிய நேச ராஜ்யங்களிடமிருந்து பலவகைகளில் உதவி பெற்ற போதிலும் புதிய கிளர்ச்சிகளின் வெள்ளத்தினிடையே, கெரன்ஸ்கியால் தலைதூக்கி நிற்க முடியவில்லை. சில மாதங்களுக்குள்ளே கெரன்ஸ்கி தன் உயிரைத் தப்புவித்துக் கொள்ளும் பொருட்டாக ருஷ்யாவினின்றும் ஓடிப்போய், நேசவல்லரசுகளின் நாடுகளில் தஞ்சமென்று குடிபுக நேரிட்டது.

போல்ஷிவிக் ஆட்சி ஏற்பட்ட காலத்திலே அதற்குப் பலவகைகளிலும் தோஷங்கள் கற்பிப்பதையே தம் கடமையாகக் கருதியவர்களிலே சிலர் அதன் மீது ராஜரீக நெறிகளிலே

குற்றங்கள் சுமத்தியது போதாதென்று, போல்ஷிவிஸ்ட் கக்ஷியார் ஸ்திரீகளையும் பொதுவாகக் கொண்டு ஒருத்தியைப் பலர் அனுபவிக்கிறார்களென்று அபாண்டமான பழி சுமத்தப்பட்டது. ஆனால், 'கெட்டிக்காரன் புளுகு எட்டு நாளைக்கு. ஒன்பதாம் நாள் உண்மை எப்படியேனும் வெளிப்பட்டுவிடும். ஒரு பெரிய ராஜ்யத்தைக் குறித்து எத்தனை காலம் பொய் பரப்பிக் கொண்டிருக்கமுடியும்? சில தினங்களுக்கு முன்பு, இங்கிலாந்து தேசத்தில் மாஞ்செஸ்டர் நகரத்தில் பிரசுரம் செய்யப்படும் 'மாஞ்செஸ்டர் கார்டியன்' என்ற பத்திரிகை நவீன ருஷியாவின் விவாக விதிகளைப் பற்றிய உண்மையான விவரங்களைப் பிரசுரம் செய்திருக்கிறது.

அவற்றைப் பார்க்கும்போது, நவீன ஐரோப்பிய நாகரிகம் என்று புகழப்படும் வஸ்துவின் நியாயமான உயர்ந்த பக்குவ நிலையை மேற்படி போல்ஷிவிஸ்ட் விவாக சம்பிரதாயங்களில் எய்தப்பட்டிருக்கிறதென்று தெளிவாக விளங்குகிறது ஆண், பெண் இருபாலாரும் பரிபூரண ஸமத்துவ நிலைமையுடையோர். இங்ஙனம் இருபாலாரும் முற்றிலும் சமானம் என்ற கொள்கைக்குப் பங்கம் நேரிடாதபடி விவாகக் கட்டைச் சுமக்க வேண்டும் என்பதே ஐரோப்பிய நாகரிகத்தின் உண்மையான நோக்கம். பெண்களுக்கு விடுதலை தாங்கள் வேறு பல ஜாதியார்களைக் காட்டிலும் அதிகமாகக் கொடுத்திருப்பதே தாம் நாகரீகத்தில் உயர்ந்தவர்கள் என்பதற்கு முக்கியமான அடையாளங்களில் ஒன்றாமென்று ஐரோப்பியர்கள் சொல்லுகிறார்கள். அந்த வகையிலே பார்த்தால், ஐரோப்பாவின் இதரப் பகுதிகளைக் காட்டிலும் நவீன ருஷியா உயர்ந்த நாகரிகம் பெற்றுள்ளதென்பது பரத்யக்ஷமாகத் தெரிகிறது.

"மாஞ்செஸ்டர் கார்டியன்" சொல்லுகிறது:- "தெற்கு ஸோவியட் (போல்ஷிவிஸ்ட்) ருஷியாவில் இதுவரையிலிருந்த வீண் நிர்ப்பந்தங்கள் இனி விவாக விஷயத்தில் இல்லாதபடி ஒழித்து விடப்படும். அதாவது, வேற்றுமைகள் முதலியன விவாகங்களுக்குத் தடையாகக் கணிக்கப்படமாட்டா! இப்போதுள்ள சட்டப்படி ஸ்திரீகளுக்கும் புருஷர்களுக்கும் எவ்விதத்திலும் வேற்றுமை கிடையாது. இருபாலாரும் ஸமானமாகவே கருதப்படுவர். எல்லாக் குழந்தைகளும் ஸமூஹச் சட்டப்படி பரிபூரண சமத்வம் உடையனவாம். பாதுகாப்பில்லாத குழந்தைகள் யாருக்குப் பிறந்த போதிலும், அவற்றைப் பாதுகாக்க ஒரு தனி இலாகா

ஏற்பட்டிருக்கிறது. இந்தச் சட்டம் ராஜாங்க சாஸனப்படி நடைபெறும் விவாகங்களையே அங்கீகாரம் செய்யும். பெண்கள் பதினாலு வயதுக்குள்ளும், ஆண்கள் பதினெட்டு வயதுக்குள்ளும் விவாகம் செய்துகொள்ள வேண்டும். இரு திறத்தாரும் மனமொத்தால்தான் விவாகம் செய்யலாம். விவாகம் முடிந்ததும் புருஷன் அல்லது ஸ்திரீயின் பெயரைக் குடும்பத்தின் பெயராக வைத்துக்கொள்ளலாம். விவாகத்துக்குப் பிறகு தம்பதிகள் பரஸ்பரம் உதவியாக வாழக் கடமைப்பட்டிருக்கிறார்கள்.

புருஷனேனும் ஸ்திரீயேனும் விவாக பந்தத்தை நீக்கிக்கொள்ள விரும்பினால், அங்ஙனமே நீக்கிக்கொள்ளச் சட்டம் இடங்கொடுக்கிறது.

மேற்படி விவரங்கள் ’மான்செஸ்டர் கார்டியன்’ பத்திரிகையிலே காணப்படுகின்றன. சில தினங்களின் முன்பு ஒரு கிராமாந்தரத்து ஸ்திரீ ‘மாதர் நிலை’ என்ற மகுடத்தின் கீழே ‘சுதேசமித்திரன்’ பத்திரிகையில் ஒரு வியாஸம் எழுதியிருந்தார். அந்த வியாஸத்தை வாசித்துப் பார்த்தால் (ஸ்ரீமான் காந்தி சொல்லுவது போல) எவனுக்கும் அழுகை வராமல் இராது. அந்த வ்யாஸத்தில் நம்முடைய தேசத்து ஸ்திரீகளை நம்மவரில் ஆண்மக்கள் எத்தனை இழிவாகவும் குரூரமாகவும் நடத்துகிறார்களென்பதை அந்த ஸ்திரீ மிகவும் நன்றாக எடுத்து விளக்கியிருந்தார். உலகத்தில் ஒரு ஸ்திரீ ஜனனமெய்திய மாத்திரத்திலே பூமாதேவி மூன்றே சொச்சம் முழம் கீழே அமிழ்ந்துபோய்விடுவதாக இந்நாட்டில் முந்தைய ஆண்மக்கள் எழுதி வைத்திருப்பதையும் அதுபோல் ஸ்திரீகளை இழிவாகவும் குறைவாகவும் சொல்லும் வேறு பல ‘சாத்திர’ வசனங்களையும் மேற்கோள் காட்டி, அந்த மாது நம் பெண்மக்களின் ஸ்திதி, விலங்குகளின் ஸ்திதியைக் காட்டிலும் பரிதாபத்துக்கு இடமாக விளக்கி மிகவும் வருத்த முணர்த்தியிருந்தார்.

இப்படிப்பட்ட நம்முடைய ஸ்திரீகளின் நிலைமையை நவீன ருஷ்யாவில் ஸ்திரீகளின் விஷயமாக ஏற்பட்டிருக்கும் சட்டங்களுடன் ஒப்பிட்டுப் பாருங்கள். அப்போதுதான் நம்மை ஐரோப்பிய நாகரிகம் எந்த சக்தியினாலே கீழே வீழ்த்திற்று என்பதும், எந்த அம்சங்களில் நாம் ஐரோப்பிய நாகரீகத்தின் வழியைப் பின்பற்றத் தகும் என்பதும் தெளிவுறப் புலப்படும். நாம் ஐரோப்பியர் காட்டும் நெறிகளை முற்றிலுமே கைப்பற்றிக்

கொள்ளுதல் அவசியமில்லை. திருஷ்டாந்தமாக, நாம் குழந்தைகளை குடும்ப சம்ரக்ஷணையினின்றும் பிரித்து ராஜாங்க ஸம்ரக்ஷணையில் விடவேண்டியதில்லை. பெண்கள் 14 வயதுக்குள்ளும் ஆண்கள் 18 வயதுக்குள்ளும் விவாகம்பண்ணித் தீரவேண்டுமென்று நிர்ப்பந்தப்படுத்த வேண்டிய அவசியமில்லை.

விவாகத்தை ரத்து செய்யும் விஷயத்தில் அவஸரப்பட வேண்டியதில்லை. பொறுமையை உபயோகப்படுத்தி விவாகக் கட்டை நிரந்தரமாகப் பாதுகாப்பதே மனித நாகரிகத்தின் சிறப்பாதலால் நாம் அதற்குரிய ஏற்பாடு செய்வோம். ஆனால் 'ஆண்களுக்கும் பெண்களுக்கும் எவ்விதத்திலும் வேற்றுமை கிடையாது. இருபாலாரும் ஸமானமாகவே கருதப்படுவார்கள்' என்று ருஷ்யச் சட்டம் கூறுமிடத்திலே நாம் ஐரோப்பிய நாகரிகத்தின் கருத்தை அனுஸரித்தல் மிக, மிக, மிக, மிக அவசரம்.

மூன்று

ஆர்.எஸ்.எஸ்சின் திடீர் மாற்றம்

பாரதி சிலைக்கு இதுகாறும் பாரதியை ஏற்காதிருந்த ஆர்.எஸ்.எஸ். அமைப்பைச் சேர்ந்தவர்கள். அமித்ஷா போன்றோர் சில காலம் முன் மாலை போட்டதை வைத்துச் சில அரைகுறைகள் சிறையில் பாரதி மன்னிப்புக் கடிதம் எழுதிக் கொடுத்து வெளியில் வந்தார் என அவரை அசிங்கப்படுத்த நினைத்துத் தாம் அசிங்கப்பட்டது நினைவிருக்கலாம்.

பாரதி தமிழில் மட்டுமல்ல ஆங்கிலத்திலும் வல்லவர். சிறந்த ஒரு பத்திரிகையாளர். ருஷ்யப் புரட்சியை உலகமே கண்டு திகைத்த காலத்தில் அதை வியந்து பாராட்டியவர். அவர் அன்று நினைத்திருந்தால் ஆங்கிலப் பத்திரிகைகளில் ஒரு ஆசிரியராக இருந்து எத்தனையோ சம்பாதித்திருக்கலாம். இறுதிவரை வறுமையில் வாடி இறந்தபின் மகளின் திருமணத்திற்கு அவரது மனைவி அவர் கவிதைகளை அடகு வைக்க வேண்டிய அவல நிலையில் விட்டுச் சென்றவர் அவர். ஒரு மகாகவி என்பதன் அனைத்து அம்சங்களுக்கும் முற்றிலும் உரியவர். எல்லாவற்றையும் விட்டு பிரிட்டிஷ் அரசால் வேட்டையாடப்பட்ட நிலையில் புதுச்சேரியில் தஞ்சமானவர். அதுவும், அங்கு முடங்க

நேர்ந்ததும்கூட அவருக்கு ஒரு சிறைவாசம்தான். அவரது ஒவ்வொரு நடவடிக்கையையும் பிரிட்டிஷ் அரசு எவ்வாறு கண்காணித்துத் தொடர்ந்தது. அவர் மட்டும் ப்ரெஞ்ச் ஆட்சியில் இருந்த புதுச்சேரியில் ஒதுங்காமல் இருந்திருந்தால் அவர் இந்தியாவை ஆண்ட பிரிட்டிஷ் ஆட்சியால் எப்போதோ சிறைபடுத்தப் பட்டிருப்பார். எனினும் அவர் புதுச்சேரியை விட்டு வெளிவந்த கணமே பிரிட்டிஷ் காலனி அரசால் அவர் அவர்களால் கைது செய்யப்பட்டார். இடைக்காலத்தில் முன்வைக்கப்பட்ட பாரதிக்கு எதிரான இப்படியான கருத்துகளைப் பேசியவர்கள் காலப்போக்கில் முடங்கினர்.

நமக்கு மகாகவி அவர்களுக்கு 'கிரிமினல்'

மறைந்த தோழர் முனைவர் கோ.கேசவனின் முக்கியப் பணிகளில் ஒன்று மகாகவி பாரதி குறித்த பிரிட்டிஷ் அரசின் உளவுத் துறை அவரைக் கண்காணித்து எழுதிய முக்கியக் குறிப்புகளை ஆவணக் காப்பகத்திலிருந்து தொகுத்து வெளியிட்டது.

கடலூர் சிறையில் மூன்று வாரங்கள் சிறை வைக்கப்பட்டுப் பின் பாரதி கடும் நிபந்தனைகளுடன் விடுதலை செய்யப்பட்டார். பாரதி குறித்த அந்தச் சிறைக் குறிப்புகள் முழுமையாகத் தமிழாக்கி வெளியிடப்படவில்லை. சிறைக் குறிப்பின் (Jail Sheet) சில பகுதிகளை அப்போது ஆங்கிலத்தில் இருந்து அப்போது தமிழாக்கத் தொடங்கினேன். எனினும் அது முழுமை அடையவில்லை. அப்படித் தமிழாக்கப்பட்ட அந்த மிகச் சில குறிப்புகள் கீழே:

சிறை வைக்கப்பட்ட இடம் - கடலூர்

பெயர் - சி.சுப்பிரமணிய பாரதி

சாதி - பார்ப்பனர் (Brahmin)

குற்றவகை (சிவில்/கிரிமினல்) - கிரிமினல்

கைதின் அடிப்படை - ஒரு அரசியல் போராளி

சட்டம் - இந்திய அவசரச் சட்டம் 1914

சிறை வைக்கப்பட்ட அடிப்படை. - தீர்மானிக்கப்படவில்லை.

சிறை வைப்பு தொடங்கிய நாள் - 24 -11 - 1918

சிறையிலிருந்த நாட்கள் - 21

சிறை வைப்பு விவரம் -Sub Magistrate, CrPc 54

இதற்கான அரசுச் செலவு - தினசரி 4 அணா (25 பைசா)

உடல் நலம் குறித்து - வெளி உணவுக்கு அனுமதி

நடத்தை - நன்னடத்தை, நல் உடல் நலம்

குறிப்புகள்

விடுதலை 14 -12 - 1918

(G.O. 710-711.Home (Judicial) dept. 28 - 3 - 1919)

நான்கு

பாரதியைப் பார்ப்பனர் என அடக்குவது பேரபத்தம்

மகாகவி பாரதி குறித்து என்ன இருந்தாலும் அவர் ஒரு பார்ப்பனர்தான் எனச் சொல்லி அவர் எழுத்துகளில் சிலவற்றைச் சுட்டிக் காட்டுவது சிலர் வழக்கம். ஆனால் பாரதியை அப்படி ஒரு பார்ப்பன சனாதனி என்றெல்லாம் முடக்கிவிட இயலாது. அவரது உரைநடைகளிலும், கவிதைகளிலும் இன்றும் நாம் வியக்கத்தக்க அளவில் அன்றே அவர் புதுமையாகவும் புரட்சிகரமாகவும் எழுதியதற்குச் சான்றுகள் உண்டு. ஒரு எடுத்துக்காட்டு இங்கே.

ஒரு ஆங்கிலக் கட்டுரையில் அவர் எழுதியது இங்கு தமிழாக்கப் பட்டுள்ளது. அவரது கவிதைகளில் பொதுவாக அப்படியான சனாதனக் கருத்துகள் பெரிதாக இருக்காது எனலாம். கவிதையில் உணர்ச்சி முக்கியத்துவம் பெறுகிறது. கட்டுரையில் உணர்ச்சியைக் காட்டிலும் தர்க்கம் முதலியன முக்கியம் பெறுகின்றன.

1904-ம் ஆண்டு டிசம்பர் மாத இதழொன்றில் பாரதி எழுதுகிறார்:

ஒரு பிராமண இடைத் தரகனைவிட ஒரு தாழ்த்தப்பட்ட இனத்தைச் சேர்ந்த வள்ளலைத் தாழ்வாக வைக்கும் வினோதமான அமைப்பு இந்த ஜாதி அமைப்பு. தேவையான எல்லாத் தகுதிகளையும் உடைய ஒரு அடித்தள இளைஞன் அவன் அடித்தளச் சமூக நிலையில் உள்ளவன் என்பதற்காகவே பிரதம மந்திரியாவதற்கு ஏதாவது தடை ஏற்படும் என்ற சந்தேகம் இங்கிலாந்தில் எந்தப்

பகுதியிலாவது ஏற்படுமா? ஆனால் சமஸ்கிருத வேதங்களில் எல்லையற்ற ஞானமும், குறை சொல்ல முடியாத குணங்களும், பக்தி யுணர்வும் பொருந்திய ஒரு சூத்திரன் சிருங்கேரி பீடத்தில் அமர ஆசைப்படலாம் என நினைப்பதே இந்தியாவில் ராஜ துரோகம் இல்லையா?

கிரேட் பிரிட்டன் எங்கே? இந்தியா எங்கே? அந்தோ பரிதாபம்!" (1)

(1916-ம் ஆண்டு அக்டோபர் மாதம் 6-ம் தேதி 'காமன் வீல்' பத்திரிகையில் சாதி அமைப்பை ஒரு குற்றமாகக் கூறி பாரதி இப்படி எழுதுவார்):

"இதற்கான ஒரே பரிகாரம் சமபந்தி போஜனமும், கலப்புத் திருமணமுந்தான். மற்றெல்லாம் போலிப் பரிகாரங்கள்தான்." (2)

(இவை இரண்டும் பாரதியின் ஆங்கிலப் பத்திரிகைப் பதிவுகளில் இருந்து இங்கு என்னால் தமிழாக்கம் செய்யப்பட்டவை.)

தம் காலத்திய பிராமணர்களின் நடவடிக்கைகளைக் கண்டித்து 1915-ம் ஆண்டு மார்ச் மாதம் 12-ம் தேதி 'நியூ இந்தியா' பத்திரிகையில் பாரதி எழுதுவார்:

"பிராமணர்கள் 'ஆன்மீக மேன்மைக்காக' உரிமை கொண்டாடுவதற்கு முற்றிலும் தகுதியற்றவர்கள். இன்றைய பிராமணர்கள் இந்த உரிமையை நிலைநிறுத்திக் கொள்வதற்காக மேற்கொள்கிற எல்லா அகடவிகடங்களையும், காரியங்களையும் நான் முழுமையாக ஆராய எடுத்துக் கொண்டால் அது என்னையும், ஏன் மற்றவர்களையும் கூட வேதனைக்கு உள்ளாக்கும். இந்தியா இப்போது ஒரு புதிய சகாப்தத்தை நோக்கி விழித் தெழுந்து கொண்டு இருக்கின்றது. எனது தேசத்தைச் சேர்ந்த பிராமணர்கள் தானாகவே தங்களது பழைய போலிப் பகட்டுகளையும், இந்தப் பகட்டுகளை அடிப்படையாகக் கொண்ட அற்பத்தனமானதும், தேச விரோதமானதுமான பழக்க வழக்கங்களையும் தானாகவே விட்டொழித்துவிட்டு, இந்திய மக்கள் மத்தியில் சுதந்திரம், சமத்துவம், சகோதரத்துவம் ஆகியவற்றை நிலைநிறுத்துகிற வழியை நோக்கி நடைபோட்டார்களானால் அது அவர்களுக்கு நல்லது.(3)

பாரதியின் இத்தகைய எழுத்துகளை இன்று பாரதி விழா கொண்டாடும் சாதீயச் சங்கங்களைச் சேர்ந்தவர்களோடு, பார்ப்பனர் என்பதற்காகப் பாரதியை வெறுப்பவர்களும் கூட

அறிந்திருக்கமாட்டார்கள். இருசாராரும், அதாவது தங்களைப் புரட்சியாளர்கள் என்று நினைத்துக்கொண்டிருப்வர்களும் சனாதனக் கருத்துகளைச் சுமந்தோரும் சந்திக்கும் புள்ளி இது.

அதேபோலத்தான் கிருத யுகத்தையும், மாகாளி பராசக்தியின் கடைக்கண் பார்வையையும் பாடியதற்காக பாரதியைப் 'பொதுவுடைமை விரோதி' எனச் சாடுகிற பகுத்தறிவாளர்களும் பாரதியின் கீழ்க்கண்ட எழுத்துகளைப் படித்திருக்க மாட்டார்கள். ருஷ்யப் புரட்சிக்கு இரண்டாண்டுகட்குமுன் 1915-ஆம் ஆண்டு மே 21-ம் தேதி பாரதி எழுதுகிறார்:

"மேற்கத்தியவர்கள் 'சோஷலிஸம்' என எதைச் சொல்லுகிறார்களோ அது இங்கு இன்னும் தெளிவாகப் புரிந்துகொள்ளப்படவில்லை. ஆனாலும் மேற்குக்காயினும் சரி, கிழக்குக்காயினும் சரி ஒரு ஒழுங்கான பண்பார்ந்த வாழ்க்கை வாழ்வதற்கு ஒரே ஒரு வழிதான் உண்டு. இந்தப் பூமியை எல்லோருக்கும் பொதுவாக்கிவிட்டு அதில் அனைவரும் சக தொழிலாளர்களாகவும், சக பங்குதாரர்களாகவும் வாழ்வதுதான் அந்த வழி. இந்த நாட்டில் மக்கள் அவ்வாறு கிருத யுகத்தின்போது வாழ்ந்ததாக நாம் ஒரு மரபைக் கொண்டிருக்கிறோம். அது உண்மையாகவும் இருக்கலாம் அல்லது பொய்யாகவும் இருக்கலாம். ஆனால் மனிதர்கள் அத்தகைய ஒரு கிருத யுகத்தை எல்லா தேசங்களிலும் நிறுவுவதில் வெற்றியடையும் நாள் வெகுதூரத்தில் இல்லை. "..........நிலமும் நீரும் எல்லா மனிதர்களுக்கும் பொதுவாகப் போகாதவரையில் எப்படியாயினும் பொருளாதார உறவுகளில் மனிதர்கள் மிருகங்களைக் காட்டிலும் மோசமாகத்தான் நடந்துகொள்வார்கள்" (4).

1917இல் ஆகாவென்றெழுந்த ருஷ்யப் புரட்சியை பாரதி வாழ்த்திப் பாடியதோடு மட்டுமின்றி 1905-ம் ஆண்டு தொடங்கி ருஷ்யாவில் ஏற்பட்டுவந்த புரட்சிகர மாற்றங்களை எல்லாம் கூர்ந்து கவனித்துக் 'கொடுங்கோன்மை ஆட்சியை' எதிர்த்துப் போராடுகிற 'ருஷ்யத் தோழர்களுக்கு' தனது ஆதரவை அவர் தெரிவித்து வந்துள்ளதும் குறிப்பிடத்தக்கது. "ஜார் சக்கரவர்த்தியின் அநீதிச் சிங்காதனம் சிதைந்து கொடுங்கோன்மை துண்டு துண்டாகக் கழிவுபெற்று வரும் ருஷ்யாவில் அமைதி நிலைக்க இடமில்லை"(5) எனக் குறிப்பிடும் பாரதி பிறிதோரிடத்தில், "சுயாதீனத்தின் பொருட்டும், கொடுங்கோன்மை நாசத்திற்கு எதிராகவும் நிற்கும் பொருட்டும்

நம் ருஷ்யத் தோழர்கள் செய்துவரும் உத்தமமான முயற்சிகள்மீது ஈசன் பேரருள் செலுத்துவாராக"(6) என்று 'ஈசனை'த் துதிக்கிறார். கொடுங்கோன்மை பல புரிந்த ஜாரரசனின் தளபதி 'ட்ரபோவ்' என்பவனின் மரணத்தை 'உலகத்துப் பாதகர்களில் ஒருவன் குறைந்து போய்விட்டான்' எனச் செய்தி வெளியிட்டு பாரதி பூரிப்பதும் அறிந்து கொள்ளத்தக்கது.

இத்தகைய பல்வேறுபட்ட செய்திகளையும் தொகுத்து பாரதியை அவரது காலப் பின்னணியில் சரியாகப் பொருத்திவைத்து ஆராய்கிற சமூகவியல் ஆய்வுகள்தான் இன்று முற்போக்குச் சிந்தனையாளர்கள் செய்யத்தக்க முதற்காரியம் ஆகும்.

சிந்துவெளி நாகரிகம் பற்றின அகழ்வாராய்ச்சி முடிவுகள் வெளிவருவதற்கு முன் துரதிர்ஷ்டவசமாக மாண்டுபோன பாரதியின் காலகட்டத்தில் நிலவிய இந்திய வரலாறு, ஆரிய கலாச்சாரம்....... (இப்படிப் போகிறது அக்கட்டுரையின் என் மொழியாக்கம்). (7)

Ref:

1. RAMASAMY PARTHASARATHY 'A HUNDRED YEARS OF THE HINDU', KASTURI & SONS LTD., MADRAS (1978), P. 77.

2. SUBRAMANYA BHARATI, 'AGNI AND ESSAYS', A. NATARAJAN, 137,JANI JAN KHAN ST., MADRAS-14(1980) P.77.

3 EVGENE IRSCHICK POLITICS AND SOCIAL CONFLICT IN SOUTH INDIA, OXFORD, BOMBAY, (1969) P, 286.

(4) SUBRAMANYA BHARATI, 'AGNI AND ESSAYS' p. 97, 98. தமிழில்: ஆசிரியர்கள்,

5. இளசை மணியன், 'பாரதி தரிசனம்', நியூ செஞ்சுரி புக் ஹவுஸ், சென்னை (1975) பக். 231,

6 IBID, P. 232.

7 IBID, P. 235.

ஐந்து

உங்கள் மணியார்டர்களை அவசியம் எதிர்பார்த்திருந்த ஒரு மகாகவி...

சுமார் 39 வயதில் மறைந்துபோன மகாகவி அவர். இறுதிக் காலங்களில் அரசுத் தொல்லைகள், போதிய வருமானம் இன்மை எனப் பலவகைகளில் துன்புற்றவர். வாழ்ந்த காலத்தில் பெரிய அளவில் அங்கீகரிக்கப்படாதவர். ஒருவேளை அவரைப் பெரிய அளவில் அங்கீகரித்தது என்றால் அது பிரிட்டிஷ் அரசாகத்தான் இருந்திருக்கும் எனலாம். அவர்கள்தான் பாரதியின் எழுத்துகள் எத்தனை வலிமையானவை என்பதை உணர்ந்து அவரைக் கண்காணித்துக் கைது செய்தவர்கள். தனது கவிதைகளை நூலாக்க அவர் கெஞ்சிக் கெஞ்சி எழுதிய கடிதங்கள் பலவற்றில் உள்ள வேண்டுதல்களில் சிலவற்றை அந்த எங்கள் நூலின் முதல் அத்தியாயத்தில் தந்துள்ளேன். அவற்றில் சிலவற்றை நீங்கள் இங்கே காணலாம்.

அம்பேத்கர் அவர்களுக்கே பௌத்தத்தில் மனம் லயிக்கக் காரணமானவர்களில் ஒருவரான லட்சுமி நரசு அவர்களைச் சந்தித்த அனுபவம் பற்றியும், அதை ஒட்டி பவுத்தம் பற்றியும் "பவுத்த மார்க்கத்திலே மாதர்களின் நிலை" பற்றியும் மகாகவி

பாரதி எழுதியுள்ளவை அவரையும் அக் காலகட்டத்தையும் புரிந்துகொள்ள உதவும்.

பொதுவுடைமைப் புரட்சிக்குப் பிந்திய ருஷ்யாவில் பெண்கள் எல்லாம் பொதுவுடைமையாக்கப்பட்டுள்ளார்கள் என மேலை ஊடகங்கள் அவதூறு செய்தன. உடன் நம் மகாகவி பாரதி லெனின் காலத்தில் இயற்றப்பட்டுள்ள திருமணம் தொடர்பான சட்டங்களை எல்லாம் ஆய்வு செய்து, மான்செஸ்டர் கார்டியன் இதழை மேற்கோள்காட்டி, அவை எத்தனை முற்போக்கானவை என ஆதாரங்களுடன் விளக்குகிற "ருஷ்யாவில் விவாஹ சீர்திருத்தங்கள்' எனும் கட்டுரை இப்படியான சனாதனிகளின் பொய்களை அம்பலமாக்கும்.

ஆறு

புதிய தேசபக்தி

1907இல் இந்தியத் துணைக் கண்டத்தில் பிரிட்டிஷ் ஆட்சிக்கு எதிராக ஒரு எழுச்சி ஏற்பட்டது. பல இளைஞர்கள் அரவிந்தர் முதலான அன்றைய தலைவர்களின் கருத்துகளால் எழுச்சி பெற்றிருந்தனர். அந்நிய வெள்ளை ஆட்சியை அழித்தொழிக்க அவர்கள் உயிரைப் பணயம் வைத்துக் களத்தில் குவிந்தனர். அவர்களின் அன்றைய திட்டம் ஆயுதங்கள் கொண்டு, வெடிகுண்டுகளை வீசி வெள்ளை ஏகாதிபத்தியத்தை வெளியேற்றுவது. இங்கே மீண்டும் ஒரு இந்து சாம்ராஜ்யத்தை மீள் உருவாக்கம் செய்ய வேண்டும் என்பது.

அன்றைய 'பால பாரதம்' இதழ் ஒன்றில் மகாகவி பாரதி எழுதுகிறார்:

"It was in 1907, the spell of Maya, the illusion that a people can be peace full and prosperous and at the same time, weak and dependent, was broken finally, once and for ever."

தேசத்தின் அதுவரையிலான நம்பிக்கை அந்தக் கணத்தில் சிதைந்தது என்கிறார். அப்படியான ஒரு "மாயை" தகர்ந்தது என்கிறார். அதென்ன? மக்கள் பலவீனர்களாகவும், சார்ந்திருப்பவர்களாகவும்,

சுயநலம் பேசுபவர்களாகவும், இருந்துகொண்டே மனநிறைவோடு வாழ்ந்துவிட முடியும் என்கிற மாயைதான் அப்படித் தகர்ந்தது. ஒரு புதிய உயிர்ப்பு நிகழ்ந்தது என்கிறார் பாரதி.

தேசம். தியாகம். தேசபக்தி. வந்தே மாதரம், இத்தாலியின் "வீர மாஜினி சபதம். என்பதான பாரதியின் எழுத்துகளின் ஊடாக அன்றைய அரசியல் எந்தத் திசையில் மேலெழுந்தது என்பதையும், அதில் இந்தியச் சமூகத்தின் ஆக மேல்தட்டினர் தலைமை ஏற்றதையும் நாம் உணர்ந்து கொள்கிறோம். பாரதம், தேசம், தேசபக்தி, உயிர்த்தியாகம், *National Conscious, New Spirit,* உயிர்ப்பலி. எனச் செல்லிச் செல்கின்றன அக்கால பாரதியின் எழுத்துக்கள்.

இந்தக் கட்டுரைக்கு அவர் கொடுத்த தலைப்பு: "*The Spiritual basis of the new movement*", அதாவது "ஆன்மீகத்தின் அடிப்படையிலான புதிய தேசபக்தி."

கி.பி 1907 என்பது எப்படி இப்படியான ஒரு திருப்பமாக மேலெழுந்தது?

தேசபக்தி, தேசத்திற்கு ஆற்றும் உயிர்ப்பலி என்பன உன்னதமாக்கப்பட்டு குதிராம் போஸ்கள் கைகளில் பகவத் கீதையுடன் தூக்கில் ஏறினர். பின்னாளில் ஆன்மீகம் பேசிய அரவிந்தரின் தோட்டத்தில் வெடிகுண்டு தொழிற்சாலை உருவானது. அவர்கள் சிறைபட்டபோது சிறைக்குள்ளேயே அவர்களில் அப்ரூவராக மாறியவர் ஒருவர் அவர்களால் சுட்டுக் கொல்லப்பட்டார்.

விபின் சந்திரபாலர், திலகர் என ஒரு முதல் தலைமுறை உருவானது. போர்க்கள நியாயங்கள் பேசிய கீதையை எல்லோரும் துணைகொண்டனர். அப்படி வன்முறைகளைத் துணைக் கொள்ளாத கோகலே போன்றவர்கள், 'மிதவாதிகள்' என இழிவு செய்யப்பட்டனர்.

அப்போது வந்தார் அவர். வேறு யாருமல்ல. மகாத்மா காந்தி. இவர்கள் யாரையும் அவர் அணுகவில்லை. கோகலேயிடம் பாடம் கேட்டார். இந்திய அரசியலில் பங்கேற்பதற்கு முன் குறைந்தபட்சம் இரண்டாண்டுகள் இந்தியாவைச் சுற்றிப்பார் முதலில் நீ என்றார் அவர். காந்தி அதை ஏற்று மேற்கொண்டார்.

மக்களோடு நின்றார். மக்கள் போராட்டங்களில் பங்கேற்றார். தனது கோட், சூட் எல்லாவற்றையும் கழற்றி எறிந்துவிட்டு இடுப்பில் கட்டிய துணி, நெஞ்சில் ஏந்திய துண்டுடன் அவர் களம் இறங்கினார். அவர் கையில் கீதையோ துப்பாக்கியோ இல்லை. பதிலாக ராட்டையை ஏந்தினார்.

"உண்மையே வெற்றி பெறும்" (சத்ய மேவ ஜெயதே) என்றார். கொலைகளால் பயனில்லை. சிறைகளை நிரப்புவோம் என்றார். நான்கு முன்னணியாளர்கள் துப்பாக்கி ஏந்திப் பயனில்லை. நாலாயிரம் அடித்தளமக்கள் அமைதி வழியில் களம் இறங்குவோம் என்றார். காந்தி தலைமை ஏற்று எடுத்த முதற்கட்டப் போராட்டங்கள் முஸ்லிம்களையும் (கிலாஃபத்), விவசாயிகளையும் (சம்ப்ரான்) களத்தில் இறக்குவதாக இருந்தது.

மகாகவி பாரதி இந்தப் புதிய காட்சி மாற்றத்தை வியப்புடன் அணுகினார்.. உலகப் பத்திரிகைகளை எல்லாம் வாசித்து ஆழமான சிந்தனைகளை மக்கள் மத்தியில் கொண்டுசென்றுகொண்டிருந்த அவன், மகாத்மா காந்தியைப் பார்த்து...

"வாழ்க நீ எம்மான் இந்த வையத்து நாட்டிலெல்லாம்"

என்று சொல்ல நேர்ந்த பின்னணி இதுதான்.

ஏழு

பாரதியின் பார்வையில் இஸ்லாம்

பாரதி வாழ்ந்த காலத்தில் திருக் குர் ஆன் உள்ளிட்ட நூல்கள் எதுவும் முழுமையாகத் தமிழில் வரவில்லை. வந்திருந்த சில நூல்கள், மற்றும் ஆங்கில நூல்களைக் கொண்டுதான் பாரதி இஸ்லாம் குறித்த இத்தனை கட்டுரைகளையும் எழுதியுள்ளார். தமிழையும், திருக்குரானையும் பாரதி எத்துணை அழகாகப் பயன்படுத்தியுள்ளார் என்பதற்கு அவர் பயன்படுத்திய ஒரு அழகிய சொல்லாக்கத்திலிருந்து தொடங்குவோம்:

"ஈசனைத் தவிர வேறு ஈசன் இல்லை!"

"ஏக இறைவன்" என இப்போது முஸ்லிம்கள் குறிப்பிடும் கருத்தாக்கத்தை பாரதி இப்படிச் சொல்கிறார்.

எட்டு

ஔவையும் பாரதியும்

'**த**மிழ்நாட்டு நாகரிகம்' என்ற தலைப்பில் பாரதி எழுதிய கட்டுரையிலிருந்து:

"ஒரு தேசத்தின் நாகரிகத்துக்கு அந்த தேசத்தின் இலக்கியமே மேலான அடையாளம். திருஷ்டாந்தமாக ஆங்கிலேய நாகரிகத்துக்கு ஷேக்ஸ்பியர் முதலிய மஹா கவிகளின் நூல்கள் அளவுக்கருவியாகக் கருதப்படுகின்றன. 'நாங்கள் இந்திய தேசத்து ராஜ்யாதிகாரத்தை இழக்க ஒருப்படுவோமேயன்றி ஷேக்ஸ்பியரை இழக்க ஒருநாளும் ஒருப்படமாட்டோம்' என்று நாம் மறுமொழி சொல்வோமென்று 'மெக்காலே' என்னும் ஆங்கிலேய ஆசிரியர் சொல்லுகிறார்.

இந்த மாதிரியாகப் பெருமைப்படுத்தி நம்மவர் கம்பனைச் சொல்லலாம்; திருவள்ளுவரைச் சொல்லலாம்; சிலப்பதிகாரமியற்றிய இளங்கோவடிகளைக் கூறலாம்;

இன்னும் பல புலவர்களைக் காட்டலாம். எனினும், கம்பர், திருவள்ளுவர் முதலிய பெரும் புலவராலேயே தம்மனைவரிலும் மிகச் சிறந்தவராகக் கருதப்பட்ட ஔவைப் பிராட்டியை மிகவும் விசேஷமாக எடுத்துச் செல்லக்கூடும். "தமிழ்நாட்டின் மற்ற

செல்வங்களையெல்லாம் இழந்துவிடப் பிரியமா?" என்று நம்மிடம் யாரேனும் கேட்பார்களாயின்,

"மற்ற செல்வங்களையெல்லாம் பறிகொடுக்க நேர்ந்தாலும் பெரிதில்லை, அவற்றைத் தமிழ்நாடு மீட்டும் சமைத்துக்கொள்ள வல்லது. ஔவைப் பிராட்டியின் நூல்களை இழக்க ஒருபோதும் சம்மதப்பட மாட்டோம். அது மீட்டும் சமைத்துக்கொள்ள முடியாத தனிப் பெருஞ்செல்வம்" என்று நாம் மறுமொழி உரைக்கக் கடமைப்பட்டிருக்கிறோம்.

(பாரதியார் கட்டுரைகள்: பக் 323,324 - பழனியப்பா பிரதர்ஸ் வெளியீடு)

ஒன்பது
இந்து முஸ்லிம் ஒற்றுமை குறித்து மகாகவி பாரதி

சுதந்திரத்திற்கு முந்தைய இந்தியாவில் இந்து முஸ்லிம் மோதல்கள் குறித்து தனது இந்தியா நாளிதழில் மகாகவி பாரதி எழுதிய ஒரு குறிப்பு:

கி.பி 1909 தொடக்கத்தில் "பெங்காளத்தில் (வங்கத்தில்) நடந்து வந்த இந்து - முஸ்லிம் மோதல் குறித்துத் தனது 'இந்தியா' இதழில் பாரதி எழுதிய ஒரு கவலை தோய்ந்த கட்டுரையிலிருந்து சில மட்டும் இங்கே (இந்தியா, 30 - 01. 1909, பக்.2):

"பல நூற்றாண்டுகளாக அண்ணன் தம்பிபோல வாழ்ந்து வந்தவர்கள் திடீரென்று நிஷ்காரணமாகச் சண்டைகள் போட்டுக் கொள்வது நமது ஜாதீய வாழ்வுக்கே பெரியதோர் அவமதிப்பாகும்.

"இப்போது நம்முன்னே நிற்கும் இந்தப் புதிய விபத்திற்கு உபாயம் பின்வருமாறு:

"இந்துக்கள் தமது சபைகளிலும் பொதுக் கூட்டங்களிலும், ஆடல், பாடல் கச்சேரிகளிலும், பாட சாலைகளிலும், உத்தியோகச் சாலைகளிலும், மகமதியர்களை அதிகமாகச் சேர்த்துக்கொள்ள வேண்டும். மகமதியர்களும் இவ்வாறே ஹிந்துக்களிடம் நேசம் பாராட்டுதல் வேண்டும்.

சமீபத்தில் லார்டு மார்லி சீர்திருத்தக் கதையொன்று வெளியிட்டா ரல்லவா? அதிலிருந்து ஏற்கெனவே காங்கிரஸ் கட்சியாருக்கும் 'இந்தியன் முஸ்லிம் லீக்' என்ற சங்கத்தாருக்கும் பரஸ்பர மாச்சரியங்கள் உண்டாய் விட்டன. முஸ்லிம் சங்கத்தார் இன்னின்ன விஷயங்களில் தமது வகுப்பினரைக் காட்டிலும் இந்துக்களுக்கு அதிக நன்மைகள் கொடுக்கப்பட்டுவிட்டன வென்று முறையிடுகிறார்கள். அதற்குள் தர்மாவதாரமாகிய அலஹாபாத் "பயோனீர்" பத்திரிகை "ஐயோ பாவம்! லார்டு மார்லி இந்துக்களுடன் சேர்ந்துகொண்டு மகமதியர்களுக்கு விரோதம் செய்கிறார். மகமதியர்களுக்கு இப்படி கவர்மெண்டார் வஞ்சகம் செய்வது நியாயமே யில்லை" என்று சொல்லி ஓநாய்க் கண்ணீர் வடிக்கின்றது.

லண்டனிலே ஸ்ரீமான் அமீர் அலி முதலிய சில மகமதிய கனவான்கள் சீர்திருத்தங்களின் சம்மதமாக லார்டு மார்லியைச் சந்தித்து விண்ணப்பம் செய்ததாகத் தெரிகிறது. இந்த மாதிரியான விஷயங்களில் பெரும்பகுதியாரான இந்துக்கள் சிறு பகுதியாரான மகமதியர்களின் இஷ்டப்படியே நடந்துகொள்ளுதல் நேச வளர்ச்சிக்கு மிகவும் நியாயமாகும். 'இதில் இகழ்ச்சி நேரிடுமாயின், அதிலிருந்து பெருங்கெடுதிகள் விளைவதற்கு இட்முண்டு என்ற போதிலும் ஒருபோதும் வரப் போகா அதுவும், வரினும் பயனற்றனவுமாகிய மார்லியின் சீர்திருத்தங்களுக்கு இந்த ஜனங்கள் ஒருவரையொருவர் முட்டிக்கொள்வது வியப்பைத் தருகிறது. "பிறவாத பிள்ளையை ஸ்வீகாரம் கேட்டுப் பிரமாதச் சண்டை வளர்த்தல்" என்ற வேதநாயகம் பிள்ளை கதை நினைப்பிற்கு வருகின்றது.

அ.மா குறிப்பு: மகாகவி பாரதி இந்து முஸ்லிம் ஒற்றுமைக்கு அளிக்கும் முக்கியத்துவம் இங்கு குறிப்பிடப்படவேண்டிய ஒன்று. அது மட்டுமல்ல இந்து முஸ்லிம் ஒற்றுமைக்குக் கேடு வரும் நிலை ஏற்பட்டால் அதில் கூடுதல் பொறுப்புடன் நடந்து கொள்வதில் பெரும்பான்மைச் சமூகத்தினரான இந்துக்களின் பங்கு கூடுதலாக இருக்க வேண்டும் எனவும் சுட்டிக் காட்டுவது நம் மனதை நெகிழ்விக்கிறது. பெரும்பான்மைச் சமூகத்தினர் மத்தியில் சிறுபான்மை வெறுப்பு இன்று தூண்டப்படும் நிலையில் பாரதியின் இந்தப் பார்வையின் முக்கியத்துவம் நம் கவனத்துக்குறியது.

இஸ்லாம் மார்க்கத்தின் சிறப்பு அம்சங்கள் என்றெல்லாம் பாரதி தொடர்ந்து எழுதி வந்தவற்றில் சில குறித்து நான் முன்னதாகப் பதிவு செய்துள்ளமை நண்பர்களுக்கு நினைவிருக்கலாம்.

(Ref: சீனி விசுவநாதனின் காலவரிசைப்படுத்தப்பட்ட பாரதி படைப்புகள் நான்காம் தொகுதி.)

நிறைவு